INSIGHT PUBLICA®

INSIGHT PUBLICA®

Nadakkave, Kozhikode, Kerala
www.insightpublica.com
e-mail: insightpublica@gmail.com

Kadalroad

(Malayalam)

(Short Stories)

Tribi Thomas

First Edition: March 2016
This Edition: October 2021

ISBN 978-93-85899-15-7

കടൽറോഡ്

ട്രൈബി തോമസ്

INSIGHT PUBLICA®

മുൻപേ നടന്നു പോയവർക്ക്...

എറണാകുളം ജില്ലയിലെ തിരുവാങ്കുളത്ത് – 1981 – ഏപ്രിൽ 21 ന് ജനിച്ചു. പിതാവ് ജോയി.കെ.എം, മാതാവ് മറിയക്കുട്ടി. ബാംഗ്ലൂരിലെ പ്രവാസി സാഹിത്യശിൽപ്പശാല നടത്തിയ നവയുഗസാഹിത്യമൽസ രത്തിൽ 'കുന്ന്' എന്ന കഥ സമ്മാനാർഹമായി. എറണാകുളം കലക്ട്രേറ്റ് സ്റ്റാഫ് കൗൺസിൽ നടത്തിയ സാഹിത്യമൽസരത്തിൽ 2009–ൽ 'അവധികനവ്' എന്ന കവിത ഒന്നാസ്ഥാനത്തിനർഹമായി, 2010–ൽ ഇതേ മൽസരത്തിൽ'എകർ' എന്ന കഥ ഒന്നാംസ്ഥാനവും, ആത്മനൊ മ്പരം' എന്ന കവിത ഒന്നാംസ്ഥാനവും നേടി. 2011–ൽ പബ്ലിക്ക് റിലേഷൻ ഡിപ്പാർട്ട്മെന്റ് സിവിൽ സ്റ്റേഷൻ ജീവനക്കാർക്കായി നടത്തിയ വായനാ മൽസരത്തിൽ ഒന്നാം സ്ഥാനം നേടി. സൂര്യാ ടി.വി സംപ്രേക്ഷണം ചെയ്ത'വഴിവെട്ടം' എന്ന ടെലിഫിലിമിന് തിരക്കഥയൊരുക്കി, ജീവൻ ടി.വിയിലെ 'ചാർളിചാപ്ലിൻ' എന്ന പ്രോഗ്രാമിനും രചന നിർവ്വഹിച്ചു. ആകാശവാണിയിലും കഥകളവതരിപ്പിക്കുന്നു.'കുന്ന്' കഥാസമാഹാ രമാണ്. 'സൈമൺ നിന്റെ സഹോദരിമാർ' നോവലെറ്റാണ്. കൃഷിവകുപ്പ് ജീവനക്കാരനാണ്. 'കാദേശ്' എന്ന ഡോക്യുമെന്ററി സംവിധാനം ചെ യ്തു. ഭാര്യ എൻബി മാത്യു, മകൾ. മറിയ. ചലച്ചിത്ര ടെലിവിഷൻ രംഗത്തും പ്രവർത്തിക്കുന്നു.

വിലാസം : പുതുവാൽ വീട്, മുരിയമംഗലം, മാമല പി.ഒ, എറണാ കുളം – 682 305, മൊബൈൽ : 9562027315

ട്രൈബി തോമസ്

മുഖക്കുറി

''വിലാപം അത്രമോശം കാര്യമല്ല. വെറുതെയല്ല വിലപിക്കുന്നവർ ഭാഗ്യവാൻമാരെന്ന് വിശ്വഗുരു പറഞ്ഞത്. അവരാണ് ശരിക്കും ജീവിതം എന്തെന്നറിഞ്ഞവർ.''

ഫാദർ. ബോബി. ജോസ് കട്ടികാട്

2000 മുതൽ 2010 വരെ വിവിധ ആനുകാലികങ്ങളിലും ആകാശവാണിയിലും വരാന്തപതിപ്പുകളിലും പ്രസിദ്ധീകരിച്ചതും അവതരിപ്പിച്ചതുമായ പത്തു ചെറുകഥകളുടെ കൂട്ടമാണ് ഈ ചെറു പുസ്തകം- ചില കാഴ്ചകളും നെടുവീർപ്പുകളും ഓർമ്മകളുമാണ് ഇവയിൽ തെളിയുന്നത്.

സ്നേഹപൂർവ്വം

ട്രൈബി തോമസ്.

ഉള്ളടക്കം

അക്ഷം

പഴയ പടിപ്പുര ചിതലുകയറി വീഴാറായി. പടിപ്പുരയ്ക്ക് നേരെ വിശാലമായ പാടമാണ്. വൈകുന്നേരം ഉമ്മറത്ത് വന്നിരുന്ന് ഇങ്ങനെ നോക്കിയിരിക്കാൻ നല്ല സുഖമാണ്. കൊയ്ത്തുകഴിഞ്ഞ പാടത്ത് മൂവന്തിയിലെ വെയ്ല് വീണാ പൊന്നിന്റെ നിറായിരിക്കും. നല്ല ചുളുചുളുപ്പൻ കാറ്റും കിട്ടും.

പ്രഭേടത്തി ഉണ്ടായിരുന്നപ്പോ പറയാരുന്നു. ഇങ്ങനെ ഇവിടെ ലേശം നേരം ഇരുന്നാ എവിടാ ഇരിയ്ക്കണേന്ന് അറിയാണ്ടാവും...ന്ന്

ഏട്ടത്തി രാത്രിയിലും ഇവിടെ വന്നിങ്ങനെ ഒറ്റക്കിരിക്കും. ചിലപ്പോ ഞാൻ പാത്ത് പാത്ത് ചെല്ലുമ്പോൾ ഏടത്തി എങ്ങോട്ടോ നോക്കിയിരുന്ന് കരയണത് കാണാം ശബ്ദംല്ലാണ്ട്.

അച്ഛൻ വീട്ടിൽ വന്നു കയറുമ്പോ മുതല് പ്രഭേടത്തിയെ വഴക്ക് പറഞ്ഞ് തുടങ്ങും. ഏടത്തി ഒന്നും മിണ്ടില്ല. തിണ്ണേല് പോയിരുന്ന് തേങ്ങും. കൊച്ചേച്ചീം ഞാനും അനങ്ങാതെ ഏട്ടത്തീടെ അരികിൽപോയി നിൽക്കും. ഞങ്ങളെ കാണുമ്പോ കെട്ടിപ്പിടിച്ച് ഏടത്തി വീണ്ടും കരയും.

ഞങ്ങളാരെങ്കിലും അച്ഛനെ ദുഷിച്ചു പറയുമ്പോ ഏടത്തി പറയും.

അരുത് നമുക്ക് അച്ഛൻ മാത്രമല്ലെയുള്ളൂ.

പിന്നെന്തിനാ അച്ഛൻ ഏടത്തിയെ എപ്പോഴും ചീത്ത പറയണെ?

അപ്പോ ഏടത്തി ചിരിച്ചു കൊണ്ട് പറയും അച്ഛനല്ലല്ലോ അതൊക്കെ പറയണെ, അച്ഛന്റെ വയറ്റീ കെടക്കണ കള്ളല്ലെ പറയണെ...?

അച്ഛൻ ഉറങ്ങിക്കഴിയുമ്പോ ഏടത്തി ഇറയത്ത് പോയിരിക്കും, കൂടെ ഞാനും. ഏടത്തി പറയും കുട്ടിക്ക് പഠിക്കാർന്നില്ലെ? പഠിച്ച് മിടുക്കനാവണം. ഏടത്തിക്കും വീടിനും കുട്ടിയല്ലെ ഉള്ളൂ. ഏടത്തി പറയുമ്പോ കണ്ണു നിറയും.

ഒത്തിരി നിർബന്ധിച്ചാൽ ഏടത്തി നല്ല പാട്ടുപാടും. സ്ക്കൂളിൽ പഠിച്ച വർഷങ്ങളിലൊക്കെ ഏടത്തിയായിരുന്നു ഫസ്റ്റെന്ന് പറഞ്ഞ് കേട്ടിട്ടുണ്ട്.

എന്നെ ട്യൂഷനെടുത്തിരുന്ന ഉണ്ണിമാഷ് വീട്ടിൽ വരുമായിരുന്നു. അങ്ങിനെ തുടങ്ങിയതാണ് ഏടത്തിയുമായുള്ള സ്നേഹം. ഒരു നാള് നടന്നുപോരുമ്പോൾ കുളിക്കടവിനകത്തുനിന്ന് ഏടത്തീടെ ഒച്ച, ചെന്ന് നോക്കുമ്പോ മാഷ്.

പൊയ്ക്കോ, എനിക്ക് ഇതൊക്കെ ഭയാ. ഏടത്തി മാഷിനെ ഒഴിവാക്കി. പിഞ്ചിപ്പോയ ബ്ലൗസിന് പുറത്ത് വേറെ നിറമുള്ള തുണി തുന്നിപ്പിടിപ്പിച്ചാണ് ഏടത്തി ധരിച്ചിരുന്നത്. ഒരിക്കൽ മാഷ് തന്നുവിട്ട ബ്ലൗസ് മടക്കി തന്നുകൊണ്ട് ഏടത്തി പറഞ്ഞു. ''ഇതിന്റെ ആവശ്യം ഇവിടെ ഇല്ല്യാന്ന് പറഞ്ഞേര്, ഇനി ഇതാവർത്തിക്കരുതെന്നും. കുട്ടിക്ക് ഉദ്യോഗോക്കെ കിട്ടീട്ട് മതി ഏടത്തിക്ക് പുതിയതൊക്കെ. ഇനി ആരുതന്നാലും വാങ്ങിയ്ക്കരുതെട്ടോ.''

പലചരക്ക് കടേല് വെച്ച് ഏടത്തിയെ ആരോ കളിയാക്കി. അത് ഉണ്ണിമാഷ് അറിഞ്ഞ് അയാളെ തല്ലി.

അച്ഛൻ ഛർദ്ദിക്കുമ്പോൾ കരഞ്ഞുകൊണ്ട് പുറം തിരുമ്മി കൊടുക്കുന്ന ഏടത്തി പറയാരുന്നു. കുട്ടിയെങ്കിലും ഇത് വാങ്ങിക്കുടിയ്ക്കരുത്.

ഒരിക്കൽ ഉണ്ണിമാഷ് വീട്ടിൽ വന്നുവിളിച്ചു. ''വാ പോകാം, ഇത്ര നാളും കാത്തിരുന്നില്ലെ, അച്ഛനോട് ഞാൻ പറഞ്ഞിട്ടുണ്ട്.''

കുട്ട്യോള്...

പ്രഭയ്ക്ക് വേണ്ടിയാണ് ഞാൻ കാത്തുനിന്നത്, എന്നെ നിരാശനാക്കരുത്.

ഇവരെ നോക്കാൻ ഞാനല്ലാതെ ആരാ ഉള്ളത്?

നമുക്ക് ആഴ്ചേല് വരാല്ലൊ?

വേണ്ടാ നമുക്ക് ഒരു കുട്ടി പിറക്കുമ്പൊ...?

ഇറങ്ങിപ്പോകുന്ന മാഷിനെ ഏടത്തി നിർവ്വികാരതയോടെ നോക്കിനിന്നു.

പഴംകഥകൾ പറഞ്ഞുതന്ന് ദുഃഖങ്ങളിൽനിന്നും സ്വയം മുക്തി നേടുകയും ഞങ്ങളെ വിശപ്പറിയിക്കാതെ ഉറക്കുകയും ചെയ്യുന്ന ഏടത്തി, കഥകളുടെ കെട്ടുകൾ പൊട്ടിക്കുമ്പോൾ എന്നോട് പറയും. കുട്ടി ഇത് മറ്റുള്ളവർക്കും ചങ്ങാതിമാർക്കും പറഞ്ഞുകൊടുക്കണം.

അങ്ങിനെ തുലാവർഷത്തിലെ കോരിച്ചൊരിയുന്ന മഴയത്ത് പ്രഭേടത്തിയുടെ പട്ടടയ്ക്ക് മുകളിൽ പന്തലുകെട്ടുമ്പോൾ, കണ്ണിൽ വന്നു തറച്ച പുകക്കൂട്ടത്തോടു പറയാൻ ഞാൻ വാക്കുകൾ പരതി, എരിഞ്ഞ കണ്ണിൽ നിന്നും അടർന്നു വീണ ഒരു തുള്ളി കണ്ണുനീർ, എന്റെ ഏടത്തിയ്ക്ക് വേണ്ടി.

വിഷാദ ചെളിക്കൊണ്ട്, കദന തെളിനീരൊഴിച്ച് കുഴച്ചുണ്ടാക്കിയ ചന്ദനനിറമുള്ള ആ മുഖത്തിന്റെ ആജ്ഞപ്രകാരം ഞാനും കഥ പറഞ്ഞു തുടങ്ങി...

കലാഭൂമി മാസിക 2002

കടൽറോഡ്

നിങ്ങൾക്കറിയാം ഈ ഡൊമനിക്ക് സാവിയോയെ... തെളിഞ്ഞ ചിരിയുള്ള വെള്ളാരംകല്ലുപോലുള്ളവൻ. മുളംകുറ്റിയിൽ ചുട്ട പുട്ടും ചെമ്മീൻകറിയും കള്ളിനൊപ്പം കൊതിയോടെ തിന്നുന്നവൻ. അതെ അവൻ വെളുത്ത് മെലിഞ്ഞവനാണ്. ചെറുമഴ ചാറുന്ന രാത്രിയിൽ ഇരുട്ടിന്റെ മറപറ്റി കുടയും ചൂടി കൂട്ടുകാരോടൊപ്പം തട്ടുകടയിൽ നിന്നും ചൂടുചായ നിന്നുകൊണ്ട് ഊതി കുടിക്കുന്നവൻ. ശരിയാണ് അവന്റെ മുടി പാറി കിടക്കുന്നവയാണ്.

നിങ്ങൾ പറയുന്നതുപോലെ അവന്റെ വാക്കുകൾക്ക് സ്ഫുടതയുണ്ടായിരുന്നു. വൈകുന്നേരങ്ങളിൽ മണൽപ്പരപ്പിലൂടെ പന്തുമായി പായുന്ന അവന്റെ പുറകെ, കുട്ടികൾ എത്തിപ്പിടിക്കുന്ന കാഴ്ച ഈ ബീച്ചിന്റെ പ്രത്യേകതയാണെന്ന് നിങ്ങളെപോലെതന്നെ ഞാനും വിശ്വസിച്ചിരുന്നു.

''ഏയ് സാവിയോ...''

''അളിയാ എന്തായി...''

കറുത്ത ''പൾസർ ബൈക്ക് പൊടിമണ്ണ് പറത്തി ചെത്തിച്ചു നിന്നു.

നിങ്ങൾക്കറിയാമല്ലോ....കഴിഞ്ഞ ക്രിസ്തുമസ്സിന്റെ രാത്രി. ജീൻ ആൽബർട്ടിന്റെ ആൽബവും, നുരഞ്ഞുപൊന്തുന്ന ബിയറും...

കടൽ ശാന്തമായിരുന്നു.

''സാവിയോ മതി കഴിച്ചത്.''

സുഹൃത്തുക്കളിൽ ഇളയവനായ ലിയോ സാവിയോയുടെ നീല ജീൻസിന്റെ ഷർട്ടിലേയ്ക്ക് വാളുവച്ചു.

''എനിക്ക് യാതൊരു വിഷയവുമില്ല. ഇവനെന്റെ സുഹൃത്താണ്. ഇവനിനിയും വാളുപണിയണം.''

അന്നുതീരുമാനിച്ചതാണ് ന്യൂഇയർ ഫംഗ്ഷൻ ഈ കടപ്പുറത്തുതന്നെ. എല്ലാ കൊല്ലവും ഒരു ടൂർ പതിവാണ്. അതുകൊണ്ട്

തന്നെ അടിപൊളിയെല്ലാം വല്ലസ്ഥലത്തായി പോകും. ഇക്കൊല്ലം അതുവേണ്ട അങ്ങിനെ ആദ്യം പറഞ്ഞതും സാവിയോ തന്നെ.

ഇന്നലെ രാത്രിയും ആരും ഉറങ്ങിയിരുന്നില്ല. പള്ളിയിൽ പുൽക്കൂടും ട്രീയും ഉണ്ടാക്കുന്ന പണിയായിരുന്നു.

പന്ത്രണ്ടുമണിയായിക്കാണും സാവിയോയും ബെന്നിയും ബൈക്കിനടുത്തേയ്ക്കുപോകുന്നതു കണ്ടു. ആരും അറിഞ്ഞില്ല എന്നാണ് അവർ കരുതിയത്.

''ബാറടച്ചുകാണത്തില്ലേ...?''

''അതല്ലടാ അവനൊരു ലൈൻ കേസുണ്ട്.''

''ഓ...റിലൈൻസ് കക്ഷി സെലീന.''

''ആങ്ങളയൊരുത്തൻ പട്ടാളത്തിലാണെന്ന് അവനോട് പറഞ്ഞേര്...''

''റോഡിൽ, തൊപ്പിക്കാരുകാണും...ഗുണ്ടാസ്ക്വാഡ്..''

രഞ്ജിത്തിന്റെ കാർന്നോരാ ഇപ്പോ എസ്സ്. ഐ.ഊരാവെടേ...അളിയാ നീ കത്തീര്...''

ചുവന്ന വെളിച്ചത്തേയും ചീറുന്ന ശബ്ദത്തെയും ഇരുട്ട് തോൽപ്പിച്ചു കളഞ്ഞു. ഞങ്ങൾ പുൽക്കൂടിന്റെ തീരാത്ത പണിയിൽ മുഴുകി. രാത്രി മുഴുവൻ കത്തനാരച്ചന്റെ ലാത്തിവീശ് കേൾക്കേണ്ടി വന്നു.

2006 ജനുവരി 1

പുതിയവർഷം പിറന്ന് ഒരു മണിക്കൂർ കഴിഞ്ഞുകാണും. വെടിക്കെട്ടുകൾ ഇനിയും നിലച്ചിട്ടില്ല. മുറിയുന്ന പാട്ടുകളോടെയും, കുഴയുന്ന ചുവടുകളോടെയും പുതുവർഷത്തിന് സ്വാഗതമരുളുന്നുണ്ട് പലരും. പുതുവർഷത്തിന് മുൻപേ ലഹരിയുടെ അബോധത്തിൽ വീണിരുന്നു. മദ്യം തീർന്നിരിക്കുന്നു.

''ഇനിയിപ്പോ ഒപ്പിക്കാനെന്താ വഴി..?''

''സാധനം കിട്ടുമോയെന്ന് ഞാനൊന്ന് നോക്കട്ടെ.''

സാവിയോ ആടിക്കുഴഞ്ഞ് ലിയോയുടെ എൻഫീൽഡ് ബൈക്കിനടുത്തെത്തി.

''ഇനിയിപ്പോ വേണ്ടെടാ സാവിയോ...കൊണ്ടുവന്നാലും ആരും കഴിക്കില്ല..''

അതുപറഞ്ഞുതീരുന്നതിനുമുമ്പേ ബൈക്ക് സ്റ്റാർട്ടാക്കി അവൻ പോയി. സെർച്ച് ലൈറ്റിന്റെ പ്രകാശത്തിൽ പൊടിമണൽ തിളങ്ങി. ബീച്ച് റെയ്സിങ്ങിൽ ചാമ്പ്യനായ സാവിയോയെ അമ്മച്ചി പള്ളീലച്ചനാക്കാൻ നോക്കിയതാണ്. അവൻ അവിടെനിന്നും ചാടിപ്പോന്നു.

ഒരുമണിക്കൂർ കഴിഞ്ഞുകാണും. കറുത്ത വലിയ ബൈക്ക് ഗംഭീര ശബ്ദത്തോടെ കടൽറോഡിലൂടെ പാഞ്ഞുവന്നു. അതിന്റെ വെളിച്ചം പല സംഘങ്ങളുടെയും കണ്ണിൽ കൊളുത്തെറിഞ്ഞു.

''കേറ്റളിയാ...''

''കൊലക്കുടിയോ സാവിയോ...''

എന്നൊക്കെയുള്ള കമന്റുകൾ പൊങ്ങി.

മൂന്ന് ഫുൾബോട്ടിൽ റം, ചിപ്പ്സ്, ബീഫ്, സിഗരറ്റ്...

''മദ്യം കലഹക്കാരനും, വീഞ്ഞ് പരിഹാസിയും ആകുന്നു. അത് സർപ്പം പോലെ കൊത്തും...ഓർത്തോ...''

ഷുക്കൂർ കൊണ്ടുവന്ന സി.ഡി.സെറ്റ് ഉറക്കെപ്പാടി. പാട്ടിനൊപ്പം നൃത്തം വയ്ക്കുന്ന ചെറുപ്പക്കാരുടെ വിയർപ്പ് വൈദ്യുതി വെളിച്ചത്തിൽ തിളങ്ങി.

ഒന്നരമണിക്കൂറിനുശേഷം

കടപ്പുറം കടലും ശാന്തമാണ്. ശബ്ദങ്ങൾ നിലച്ചിരിക്കുന്നു. ചിലർ മണൽത്തട്ടിൽ കിടന്നുറങ്ങുന്നുണ്ട്. സാവിയോയും ഞാനും എല്ലാവരെയും തട്ടിയുണർത്തി. ലിയോ തല കുമ്പിട്ടിരുന്നു.

''ഞാനൊന്നു മുങ്ങിയിട്ടുവരാം...''

സാവിയോ എഴുന്നേറ്റു.

''വേണ്ടേടാ ഇനി വീട്ടിൽ ചെന്നിട്ടു കുളിയ്ക്കാം.'' ഞാൻ പറഞ്ഞു.

''ഈ കോലത്തിൽ വീട്ടിൽ ചെന്നാൽ അമ്മച്ചി കൊല്ലും...''

''നിന്റെ കൈയ്യിൽ തോർത്തില്ലല്ലോ, കടലും?''

''ഒന്നുപോടാ ഞാൻ കാണാത്ത കടലൊന്നുമല്ലല്ലോ ഇത്....''

ഞാൻ ക്ഷീണംകൊണ്ട് വീണ്ടും കിടന്നു. കിടന്ന കാഴ്ചയിൽ ഞാൻ കണ്ടു സാവിയോ കടലിനരികിൽ എത്തിയത്.

ഒഴിഞ്ഞ മദ്യക്കുപ്പികൾ , മറിഞ്ഞു കിടക്കുന്ന ഗ്ലാസ്, മഞ്ഞുവെള്ളം വീണ് കുതിർന്ന സിഗരറ്റ് കുറ്റികൾ...ഭക്ഷണ അവശിഷ്ടം...അതിനിടയിൽ ഒരു കുഞ്ഞിനെ പോലെ കിടക്കുന്ന ബെന്നി. ആകെയൊരു മടുപ്പ്.

''ചാൾസേ എഴുന്നേറ്റേ സാവിയോ പോയിട്ടു കുറേനേരമായി..''

കടൽ ഇപ്പോൾ ഇളകിമറിയുന്നുണ്ട്. ഞങ്ങളുടെ മനസ്സും, കടലും മനസ്സും എപ്പോഴും ഒരുപോലെ ആയിരിക്കില്ല. ഉറയ്ക്കാത്ത കാലുകളുമായി ഞങ്ങൾ എഴുന്നേറ്റു.

''സാവിയോ...സാവിയോ...ഡൊമനിക്ക് സാവിയോ...''

ലിയോ കടലിലേക്ക് ഓടിയിറങ്ങി.

''ബെന്നീ, കടൽ ചതിച്ചെന്ന് തോന്നുന്നു...''

ആഴത്തിലേയ്ക്കുപോയ ലിയോവിനെ ഞങ്ങൾ പിടിച്ചുനിർത്തി. തിരയൊഴിയുന്ന മണലിൽ ഞങ്ങൾ തളർന്നിരുന്നു.

2006 ജനുവരി 3

മൂന്ന് ദിവസമായി നേവീക്കാരും മുക്കുവരും പകലെന്നും രാത്രിയെന്നും ഇല്ലാതെ തിരഞ്ഞിട്ടും ബോഡി കിട്ടിയില്ല. സാവിയോയുടെ അമ്മച്ചിയുടെ കണ്ണുനീര് ഞങ്ങൾ സുഹൃത്തുക്കളുടെ മുറിഞ്ഞ നെഞ്ചിലേക്ക് കുത്തിവീണ് നീറ്റിച്ചുകൊണ്ടിരുന്നു. സാവിയോയുടെ പപ്പ അമേരിക്കയിലാണ്. അവിടെ അയാൾക്ക് വേറൊരു ഭാര്യയും മകളുമുണ്ട്. അറിയിച്ചിട്ടുണ്ട് ഇതുവരെ എത്തിയിട്ടില്ല.

2006 ജനുവരി 3 വൈകുന്നേരം –

വലക്കാർക്ക് ഡൊമനിക്ക് സാവിയോയുടെ ബോഡി കിട്ടി. കടപ്പുറത്ത് ആളുകൾ തടിച്ചു കൂടിയിട്ടുണ്ട്. കുറ്റവാളികളെ പോലെയാണ് ഞങ്ങളെ എല്ലാവരും നോക്കുന്നത്.

മൃതദ്ദേഹം കണ്ട നിമിഷം ലിയോ തലചുറ്റിവീണു. ടീഷർട്ടും, കി ല്ലറിന്റെ കറുത്ത ജീൻസും ചീർത്ത് വീങ്ങിയിരിക്കുന്നു. ഒരു കാലിൽ സോക്സുണ്ട്. കണ്ണിന്റെ ഭാഗത്ത്...

''പൊന്നുസാവിയോ...നിന്റെ മുഖമെന്താടാ ഇങ്ങനെ...?''

ബെന്നി നിയന്ത്രണം വിട്ട് കരഞ്ഞു.

ഞങ്ങളും സാവിയോയും പോലീസുകാരും ആംബുലൻസ് ഒരു ഏറുകൊണ്ട് പായുന്ന നായയെപ്പോലെ കടൽ റോഡിലൂടെ ഓളി യിട്ടുനീങ്ങി.

2006 ഫെബ്രുവരി 1–

ഇന്ന് ഞങ്ങൾ നിന്റെ കുഴിമാടത്തിൽ വന്നിരുന്നു.

മൂന്ന് വെളുത്ത റോസാപുഷ്പങ്ങൾ നിന്റെ കുഴിമാടത്തിന് മുകളി ലായി ഞങ്ങൾ വച്ചു. നിന്റെ കുഴിമാടം പിടയ്ക്കുന്നത് ഞങ്ങൾ കണ്ടു. സാവിയോ..നീയില്ലാതെ നിന്റെ ചിരിയില്ലാതെ ആഘോഷങ്ങളില്ലാതെ... ഇത്തവണയും ഞങ്ങൾ പുൽക്കൂട് തീർക്കും.

നിന്റെ ഓർമ്മ ഞങ്ങളെ വേദനിപ്പിക്കും. തീർച്ച.

കടപ്പുറം സന്ധ്യാനേരം.

കൈകളിൽ തിരികൾ കത്തിച്ചുപിടിച്ച്, പ്രാർത്ഥനയോടെ നിനക്ക് നന്മനേരാൻ....ഇതാ ഞങ്ങൾ വന്നിരിക്കുന്നു. സാവിയോ...

അതാ കടലിൽ ഡൊമനിക്ക് സാവിയോ...അതോ ഒരു മരത്തടി ഒഴുകി നടക്കുന്നതോ...? അല്ല. അല്ല..സാവിയോ തന്നെ...തീർച്ച...

സാവിയോ...അതാ അവൻ ചിരിക്കുന്നു. രാത്രി സ്വപ്നങ്ങളിലെ നിന്റെ ആഗ്രഹം പോലെ...ഞങ്ങൾ മദ്യപാനം നിർത്തി...ആഘോഷങ്ങൾ അവസാനിപ്പിച്ചു....നിന്റെ അമ്മച്ചിക്ക് ഇപ്പോൾ ഞങ്ങളെല്ലാം സ്വന്തം മക്കളാണ്. നിന്റെ അടുത്തേയ്ക്ക് വരുവാൻ അമ്മച്ചി വാശി പിടിക്കും ഇടയ്ക്ക്. ഞങ്ങൾ സമാധാനിപ്പിയ്ക്കും.

എല്ലാ വർഷവും ഞങ്ങളിവിടെ വരും...നിനക്കു വേണ്ടി...നിനക്ക് നന്മ നേരാൻ..നിറക്കണ്ണുകളോടെ...ഞങ്ങൾ പൊയ്ക്കോട്ടെ...

ഡൊമനിക്ക് സാവിയോയുടെ തെളിഞ്ഞ ചിരിയുടെ ഓർമ്മയിൽ കടൽ അപ്പോൾ ശാന്തമായിരുന്നു.

അനശ്വരം 2006
വാർഷികസ്മരണിക

സെന്റ്പീറ്റേഴ്സ് ബർഗിലെ രാത്രി

ഈ രാത്രി വളരെ നീണ്ടതാകുവാൻ നീയും ഞാനും പ്രാർത്ഥിക്കുന്നുണ്ട്. പക്ഷേ ഈ രാത്രി എങ്ങനെ ഉപയോഗിക്കാമെന്നതിൽ നമ്മൾ പരാജിതരാണ്. അല്ലേ മേരി...?

ഇങ്ങനെയൊരു യാത്രയയപ്പ് വേണമായിരുന്നോ...?

നിന്റെ ഹൃദയം നീറിപ്പിടയ്ക്കുന്നുണ്ട് അല്ലേ...?

ഈ മെഴുകുതിരികൾ ഇങ്ങനെ കത്തിച്ചുവച്ച്....ഈ മധുരം മുറിച്ച് ഇങ്ങനെയാണോ നീയെന്നെ പറഞ്ഞയയ്ക്കുന്നത്..?

നാളെരാവിലെ എനിക്കീരാജ്യം വിട്ടുപോകണം. സർക്കാരിന്റെ സ്കോളർഷിപ്പിൽ വാസ്തുവിദ്യ പഠിക്കാനെത്തിയ ഞാൻ ആറുമാസം കഴിയുമ്പോൾ മടങ്ങുമെന്ന് പറഞ്ഞിരുന്നില്ലെ. പിന്നെയെന്തിനാണ് നീയിങ്ങനെ വേദനിക്കുന്നത്...?

പുകമഞ്ഞുപുതച്ച പുൽമേടുകളിലേക്ക് എന്നെ വിളിച്ചുകൊണ്ടുപോകുമ്പോൾ ഓർമ്മിപ്പിക്കാറുള്ളതല്ലെ. ഞാൻ ഈ രാജ്യക്കാരനല്ലെന്ന്.

എന്തിനാണ് നീ തലകുമ്പിട്ട് മെഴുകുതിരിയുടെ പരിശുദ്ധവെളിച്ചത്തിൽ നിഴലുകൾ വരുത്തി ഇങ്ങനെയിരിക്കുന്നത്?

നീ കരയുകയാണോ...?

പുഷ്കിന്റെ കവിതകൾ നീ മൂളുന്നില്ലെ. പാസ്തനാരുടെ വിരഹരചനയെക്കുറിച്ച് നീ നിറുത്താതെ സംസാരിക്കുന്നില്ലെ?

സങ്കടനീരുകൾ താങ്ങാൻ കഴിയാതെ വിറയ്ക്കുന്ന നിന്റെ പൂച്ചക്കണ്ണുകൾ എനിക്കു കണ്ടുനിൽക്കാൻ കഴിയുന്നതിലും അപ്പുറമാണ്. നിന്റെ കറുത്തപുള്ളികളുള്ള നിഷ്കളങ്കമുഖം എന്നെ സഹതാപത്തോടെ നോക്കുന്നത് എനിക്ക് സഹിക്കാൻ കഴിയുന്നില്ല. നിന്റെ കണ്ണുനീർ ഞാൻ തുടയ്ക്കട്ടെ. കാറ്റാടിമരങ്ങൾ നിൽക്കുന്ന കടൽറോഡുവഴി നടക്കുമ്പോൾ ഞാനറിഞ്ഞു സ്വത്വമായ വിരഹം നിലാവുണ്ട്.

കടൽക്കാറ്റു വീശുന്നുണ്ട്.

നീ വെറുതെ സോളേയേയും, പുസ്തിനേയും കുറിച്ച് സംസാരിച്ചു. ഈ രാത്രി... തീരാറാവുന്ന ഈ രാത്രി എന്തിനാണിങ്ങനെ ആവശ്യമില്ലാതെ വ്യാഖ്യാനിക്കപ്പെടുന്നത്.

ഈ അസമയത്ത് സെന്റ് ആന്റണീസ് ചർച്ചിൽ...

'വെറുതെ' എപ്പോഴും നീ ഈ വാക്കിലൂടെ ഈ നോട്ടത്തിലൂടെയാണ് എന്നെ കുടുക്കാറുള്ളത്.

പള്ളിയുടെ എല്ലാ മുക്കിലും മൂലയിലും വെളുപ്പും മഞ്ഞയും നിറമുള്ള പ്രകാശം പരത്തുന്ന ബൾബുകൾ എരിഞ്ഞുകൊണ്ടിരിക്കുന്നു. അതൊരു ക്ഷീണിച്ച പകലിന്റെ പ്രതിബിംബം പോലെ തോന്നിച്ചു. സെമിത്തേരിയിൽ വളരെ ഉയരത്തിൽ ഒരു മെർക്കുറിലാമ്പ് കത്തിക്കൊണ്ടിരുന്നു.

സെന്റ് ആന്റണീസിന്റെ തിരുരൂപത്തിനടുത്തേക്കു നടക്കുന്ന നീയൊരു മാലാഖയെപ്പോലെ. തിരിഞ്ഞു നോക്കി എന്നോടു വരാൻ പറഞ്ഞത്, ദേവാലയത്തിലെ പഴമയുടെ മണം പരക്കുന്ന ബൈബിളിലെ വാക്കുകൾ ഒപ്പം വായിക്കുവാനായിരുന്നോ?

'ഞാനും നീയും ചേർന്ന് ഈ വാക്കുകൾ വായിക്കണമെന്ന് നിന്റെ ആഗ്രഹമായിരുന്നല്ലോ.

നിശാക്ലബ്ബിലെ ചുവന്ന വെളിച്ചത്തിൽ വെച്ചല്ലേ നമ്മൾ കണ്ടുമുട്ടിയത്. പിരിഞ്ഞുപോകുന്നതിന് ഈ പരിശുദ്ധദേവാലയം കണ്ടെത്തിയ നിന്റെ മാനസികവികാസത്തെ ഞാൻ അഭിനന്ദിക്കുന്നു. എത്രനേരമാണ് തടികൊണ്ടു പണിത പള്ളിയിലെ ചാരുകസേരയിൽ നീ എന്റെ മടിയിൽ തലവെച്ചു കിടക്കുന്നത്. എന്താണ് നമ്മൾ രണ്ടും ഒരു കാര്യവും സംസാരിക്കാത്തത്?

പള്ളിയിലെ വലിയ ഘടികാരം നാലുമണിയിൽ ഉയർന്നടിച്ചു.

നീ ഉറങ്ങിയിരിക്കുന്നു. ഞാൻ കാണുന്നു. നീ നന്നായി കരഞ്ഞാണ് ഉറങ്ങിയത്. നാളെമുതൽ ബിയറുകഴിക്കാത്തതിന് നീ ആരോടുപിണങ്ങും. നിന്റെ നേർത്തു ചെമ്പിച്ച മുടിയിൽ തലോടിക്കൊണ്ട് നീ ഉണരുമ്പോൾ വായിക്കാനായി ഞാനെഴുതുന്നു.

എന്റെ പ്രിയപ്പെട്ട മേരി...ഇനി നമ്മൾ കാണുകയില്ല. നിന്റെ മുഖവും പൂച്ചക്കണ്ണുകളും എന്റെ മനസ്സിൽ മാത്രമേ ഉണ്ടാവുകയുള്ളൂ. എന്റെ ദിവസങ്ങൾ കഴിഞ്ഞതുകൊണ്ടാണ് ഞാൻ പോകുന്നത്. നാട്ടിൽ ചെന്നാൽ ഞാൻ തീർത്തും ദുഃഖിതനാണ്. അവിടെ നിന്റെ ഓർമ്മകളായിരിക്കും എന്റെ കൂട്ടുകാർ.

ഈ കടലിടുക്കും മണൽത്തട്ടും ഗ്രീൻ റസ്റ്റോറന്റും നീയും എന്നെ എല്ലാ രാത്രികളിലും കരയിപ്പിക്കും തീർച്ച ഞാൻ നിന്നെ ഉണർത്തുന്നില്ല. നിന്റെ മുഖത്തുനിന്ന് ഒന്നും എനിക്ക് വേർതിരിച്ചെടുക്കുവാൻ കഴിയുന്നില്ല. മുമ്പ് പറയാറുള്ളതുപോലെതന്നെ ഞാനിപ്പോഴും പറയുന്നു. നിന്റെ മുഖം മൊണൊലിസപ്പോലെതന്നെ. ഞാനീ പിതാവിന്റെ മുൻപിലിരുന്ന് കരയുകയാണ്. എനിക്കൊന്നിനും കഴിയുന്നില്ല. അതെ

നീ പറയാറുള്ളതുപോലെ 'ബ്രോക്കൺ ഹെർട്ടഡ്.'

നിന്റെ മണവാളനാകുവാനുള്ള അവസരം എനിക്കില്ല മേരീ... ഞാനെഴുത്തു നിർത്തുന്നു. നമ്മൾ അലഞ്ഞുനടന്ന തെരുവീഥികൾ അനക്കം വയ്ക്കാൻ തുടങ്ങുകയാണ്. ശൂന്യമായിരുന്ന തെരുക്കോണുകൾ ശബ്ദമുഖരിതമാവുകയാണ്. പ്രാർത്ഥനയോടെ ഞാൻ പോകുന്നു.

പുറത്ത് വൃക്ഷങ്ങൾ മഞ്ഞുവീണ് പുതഞ്ഞിരുന്നു. നിരത്തിൽ ഇടയ്ക്കിടെ കാറുകൾ പാഞ്ഞുകൊണ്ടിരിക്കുന്നു, ഇരുദിശയിലും.

ഞാൻ ഗെയ്റ്റു കടന്നപ്പോഴാണ് വെളുപ്പിനുള്ള മണികൾ പള്ളിയിൽ നിന്നും മുഴങ്ങിയത്. ഞാൻ, കുളിച്ചു നിന്നിരുന്ന ആന്റിഗോൺ വള്ളികളുടെ ഇലത്തലപ്പുകൾക്കിടയിൽ പതുങ്ങി.

ഞാൻ കണ്ടു. നീ ഓടിവന്ന് എന്നെ അന്വേഷിക്കുന്നത്. പിന്നെ വിജനമായ, ആരും കേൾക്കാനില്ലാത്ത മൂകമായ വരാന്തയിൽ മുട്ടുകുത്തിയിരുന്ന് മുഖംപൊത്തി പൊട്ടിക്കരയുന്നത്.

നിന്നെ സമാധാനിപ്പിക്കാൻ ഞാൻ വരില്ലമേരീ...വരില്ല.. ഞാൻ ജീവിക്കുകയാണ് യാഥാർത്ഥ്യങ്ങളിലൂടെ..ഞാൻ മറക്കും. ഈ തെരുവും..ഈ പള്ളിയും...പിന്നെ....

ഉൺമ ഓണപ്പതിപ്പ് -2002

ഊത്ത

വേലപ്പൻ ആലയിൽ പോയി പറഞ്ഞുണ്ടാക്കിച്ചതാണ് ഈ വാള് ഇത്തവണ ഊത്തയ്ക്ക് കരുതിയിറങ്ങണം. തെറ്റാലിയുടെ കുത്ത് കൊണ്ട് പുളയുന്ന ഒരു വാളയുടെ ചിത്രം വേലപ്പന്റെ മനസിൽ മിന്നി മറഞ്ഞു. തോർത്തും ബനിയനും ബീഡിയും തീപ്പെട്ടിയും ഉച്ചകഴിഞ്ഞതോടെ അയാൾ സംഘടിപ്പിച്ചു വെച്ചു.

കലങ്ങിയ വെള്ളം തെങ്ങിൻ ചുവട്ടിലൂടെ ഒഴുകി കാട്ടുതാളുകൾക്കിടയിലൂടെ നടുക്കുളത്തിലേക്ക് പോയി.

''ഇത്തവണ താനൂമ്പനാകരുത്.''

വേലപ്പൻ സ്വയം പറഞ്ഞ്– മുറ്റത്തേയ്ക്ക് കാർക്കിച്ച് തുപ്പി.

ഇരുളിമ ആരംഭിക്കുകയാണ്. മഴയായതുകൊണ്ട് സമയം അറിയുവാനും കഴിയുന്നില്ല. അയാൾ പുൽപായയിൽ നിന്നെഴുന്നേറ്റ് പുറത്തു വന്നു നോക്കി. നല്ല ചുളു ചുളുപ്പൻ കാറ്റ് വീശിയടിക്കുന്നുണ്ട് പുരയ്ക്ക് മുകളിൽ ഒരു തെങ്ങിൻ മടല് വീണുകിടക്കുന്നുണ്ട്. ആരെയോ പ്രാകികൊണ്ട് വേലപ്പനത് വലിച്ചു കളഞ്ഞു. അകത്തു ചെന്ന് ടോർച്ചിൽ പുതിയ ബാറ്ററികൾ നിറച്ചു. ശേഷം ഭിത്തിയിലേക്ക് മിന്നിച്ചു. അതിന്റെ പ്രകാശം ഒരു ബിന്ദുവിൽ കേന്ദ്രീകരിക്കാൻ വേലപ്പൻ എന്തൊക്കയോ വിദ്യകൾ പ്രയോഗിച്ചു. ടോർച്ചിന്റെ വെളിച്ചം ഭിത്തിയിലെ ഫോട്ടോയിൽ തറച്ചപ്പോൾ വേലപ്പന് തോന്നി ഭാര്യ പൂമാല എന്തോ പറയുന്നതു പോലെ.

ടോർച്ചുമായി വേലപ്പൻ ഭിത്തിയ്ക്കരുകിലേക്കു ചെന്നു.

ഭാര്യ പൂമാലയുടേയും മകൾ അമ്മുക്കുട്ടിയുടേയും ഫോട്ടോയിൽ അയാൾ തന്റെ തഴമ്പിച്ച കറുത്ത കൈ കൊണ്ട് തടവി.

ഈ ഇടവത്തിൽ രണ്ടുവർഷം തികയുന്നു, ഇരുവരും തന്നെ വിട്ടു പോയിട്ട്

അവര് പോയതിൽപ്പിന്നെ വേലപ്പൻ ഊത്തയ്ക്കിറങ്ങിയിട്ടില്ല.

പതിനാറാമത്തെ വയസ്സിലായിരുന്നു, അമ്മുക്കുട്ടിയുടെ വിവാഹം സ്വർണ്ണ പണിക്കാരനായ തന്റെ സഹായി ശിവദാസനായിരുന്നു വരൻ. ആശാന്റെ മകളോട് ശിഷ്യനു തോന്നിയ അനുരാഗം. വിവാഹത്തിലും തുടർന്ന് മരണത്തിലും കലാശിച്ചു.

നഗരത്തിലെ വലിയ ജ്വല്ലറികളുടെ പണിയെല്ലാം പിടിച്ച് ശിവദാസൻ കാശുകാരനായപ്പോൾ അവന് തന്റെ മകൾ അമ്മുക്കുട്ടിയൊരു ഭാരമായി. എനിയ്ക്കറിയാം ബുദ്ധിമാനാണവൻ. അതുകൊണ്ടാണല്ലോ കണ്ണടച്ചുതുറക്കും മുൻപേ അവൻ പണക്കാരനായത്.

പുത്തൂർക്കാവിലെ പൂരത്തിന്റെന്ന് രാത്രിയാണ് ശിവദാസൻ അമ്മുക്കുട്ടിയേയും മകൻ ഒന്നരവയസ്സുള്ള ഗോപിക്കുട്ടനേയും ബൈക്കിലിരുത്തി പാറമടയിലെ വെള്ളത്തിലേക്ക് തള്ളിവീഴ്ത്തിയത്. അതൊരു അപകടമരണമാക്കി മാറ്റാൻ അവന്റെ കാശിന് നിഷ്പ്രയാസം കഴിഞ്ഞു ആ ദെണ്ണത്തിലാണ് പൂമാല ചങ്ക്പൊട്ടി മരിച്ചത്.

വേലപ്പൻ ബനിയൻ ധരിച്ചു. തൊപ്പിയുടെ ചെളി പുരണ്ട ചരട് ശുഷ്ക്കമായ താടിയെല്ലുകൾക്ക് മുകളിലൂടെ വലിച്ചു വെച്ചു. വാളെടുത്ത് അതിന്റെ വരിപ്പിലൂടെ കയ്യോടിച്ചു. ടോർച്ചടിച്ച് പുരയുടെ എല്ലാ മൂലയും പരിശോദിച്ചു. ഒരു മൂലയിൽ തുമ്പിതാരവും തെറ്റാലിയും കുത്തി നിറുത്തിയിരിക്കുന്നു. അതിന് തൊട്ടകലെയല്ലാതെ ചെളി നിറമുള്ള മണി കെട്ടിയ ഒരു വീശുവലയും ഒരു മീൻകുടും അതിൽ നിന്നും തൊറ്റാലി മാത്രം വേലപ്പൻ കയ്യിലെടുത്തു.

പുറത്ത് മഴ ചാഞ്ഞു പെയ്യുകയാണ്–നെയ്തുണ്ടാക്കിയ 'കുട്ടു' തോളിലിട്ട് മണൽ വിരിഞ്ഞ ഇടവഴിയിലേക്ക് ഇറങ്ങി നടന്നപ്പോൾ വേലപ്പൻ എന്നും പ്രാർത്ഥിക്കാറുള്ളതുപോലെ ''അമ്മേ ഭഗവതി'' എന്നുറക്കെ പ്രാർത്ഥിച്ചു.

മാടക്കടയുടെ ഓല ചാർത്തിൽ ആരെക്കെയോ തണുപ്പ് സഹിച്ച് ചീട്ടുകളിക്കുന്നുണ്ടായിരുന്നു. വേലപ്പന്റെ ആറു ഷെല്ലിന്റെ ടോർച്ച് അവർക്കിടയിൽ മിന്നിപ്പൊലിഞ്ഞു.

''ഊത്തയ്ക്കാണോ മൂപ്പാ?''

''ഓ''

പാടത്തേയ്ക്കുള്ള സർപ്പക്കാവ് വഴിയിൽ ഇരുളും നിശബ്ദതയും ഇടതൂർന്ന് വളർന്നു കിടന്നു. അമ്മുക്കുട്ടിയുടെ കരിഞ്ഞ ശരീരത്തിന്റെ തീക്ഷ്ണമായ ഗന്ധം അപ്പോഴും അയാൾ വേദനയോടെ അനുഭവിച്ചു.

സദാശിവൻ ഒരു പാമ്പിനെപ്പോലെ തന്റെ വീട്ടിൽ പെണ്ണു ചോദിക്കാൻ വന്ന ദിവസത്തെ കാഴ്ചകൾ വേലപ്പൻ വെറുതെ ഓർത്തു പോയി– ഇടയ്ക്കെപ്പോഴോ വേലപ്പൻ കരഞ്ഞു. നെഞ്ചത്ത് കനത്തൊരു ഭാരം

കാട്ടുതാളുകളിൽ പറ്റിപ്പിടിച്ച വെള്ളത്തുള്ളികൾ ടോർച്ചിന്റെ പ്രകാശത്തിൽ നക്ഷത്രങ്ങളെപ്പോലെ മിന്നി.

''ഭാഗ്യഒള്ളോർക്കേ മീൻകിട്ടു. അങ്ങനെയുള്ളോര് എങ്ങനെ പോയാലും മുന്നില് മീൻവരും.''

പൂമാലയുടെ ശബ്ദം.

വേലപ്പൻ ചുറ്റും നോക്കി. റെയിൽ പാളത്തിൽ ആരോ നിൽക്കുന്നു.

''പൂയ്, ആരാ....''

''വേലപ്പൻ മൂപ്പനാ, ആരാ...''

''ഞാൻ വാസുവാ, അടിയാക്ക പാടത്തൊരു പോസ്റ്റു മറിഞ്ഞിട്ടുണ്ട് സൂക്ഷിക്കണം...''

''നോക്കിക്കൊള്ളാം...''

''എന്നാശരി.... ഞാൻ നടക്കുവാ...''

വേലപ്പന് മുന്നിലൂടെ കനത്ത ശബ്ദത്തോടെ ഒരു ട്രയിൻ കടന്നു പോയി. പാലയലിനടിയിലൂടെ ഭയത്തോടെ ഒരു നീർക്കോലി ചപ്പുകൾക്കിടയിലേക്ക് ഇഴഞ്ഞു കയറി.

പെട്ടന്നാണ് വേലപ്പൻ കണ്ടത്. വരമ്പിന് താഴെ തോട്ടിൽ നിന്നും പാടത്തേയ്ക്ക് വെള്ളം കയറുന്ന വെട്ടിലൂടെ ഒരു വാള തുഴഞ്ഞു കയറുന്നു. വേലപ്പന്റെ വാള സാമർത്ഥ്യത്തോടെ ചലിച്ചു. പിടഞ്ഞ വാളയെ അയാൾ തെറ്റാലി കൊണ്ട് കുത്തി. ചെകിളപ്പൂക്കൾക്കിടയിലലൂടെ വിരലുകൾ കടത്തി അതിനെ പൊക്കിയെടുക്കുമ്പോൾ തനിക്ക് യൗവനം തിരിച്ചുകിട്ടിയതുപോലെ വേലപ്പന് തോന്നി. അതിനെ തന്റെ കൂടയിലാക്കി മുന്നോട്ട് നടന്നു. മിന്നിപ്പൊലിഞ്ഞ ഇടിവാളിൻ, റെയി ൽവേ ഗേറ്റിനരുകിലായി ഇരുട്ടിൽ ഒരു കാറ് നിർത്തുന്നത് വേലപ്പൻ കണ്ടു. അക്കരെ കബ്രത്തിൽ കയറാൻ വേലപ്പൻ വെള്ളത്തിലൂടെ ഒരു വില്ലാളിയെപ്പോലെ തുഴഞ്ഞ് നീങ്ങി.

അടുത്ത ഇടിവാളിന്റെ വെളിച്ചത്തിലാണ് വേലപ്പൻ കണ്ടത്- കാറിൽ നിന്നിറങ്ങുന്ന ശിവദാസനെ- പിന്നെ ഒരുപാവക്കൂത്ത് പോലെ വേലപ്പൻ കാണുന്നു ശിവദാസൻ തന്റെ രണ്ടാം ഭാര്യയെ കാറിൽ നിന്നും വലിച്ചിറക്കി ചുതുപ്പിലേക്ക് വലിച്ചു കൊണ്ടു പോകുന്നു..

വീണ്ടും ഇടി കുടുക്കവും മിന്നലും- ഒരു സ്ത്രീയുടെ കരച്ചിൽ, ശിവദാസിന്റെ വെള്ളഷർട്ട്. വരമ്പ് തകർന്നിടത്ത് നിന്നും കണ്ടത്തിലേക്ക് കയറുന്ന നീളൻ വാളമീൻ- വേലപ്പൻ ഒരേ നിമിഷമാണ് എല്ലാം കണ്ടത്. വേലപ്പൻ കണ്ണുകളടച്ച് സർവ്വശക്തിയുമെടുത്ത് 'ഭഗവതീ...' എന്നുറക്കെ പറഞ്ഞുകൊണ്ട് ആഞ്ഞു കുത്തി.

തലയ്ക്കു താഴെ തെറ്റാലി തുളഞ്ഞു കയറിയ വാള പുളഞ്ഞു. വാലുകൊണ്ട് പിന്നിലേക്കു രണ്ടുവട്ടം ആഞ്ഞുതല്ലി. വെളുത്ത ഖദർ ഷർട്ടിൽ നിന്നും ചോരമഴവെള്ളത്തോടൊപ്പം താഴേക്ക് താഴേക്ക് വാർന്നൊഴുകി.

ആഗ്രഹിച്ച മീൻ ഇതുപോലെ മുന്നിൽ വന്നു നിന്നിട്ടില്ല ഇക്കാലമത്രയും. എല്ലാ കൊല്ലത്തിലും മികച്ച ഊത്തയാണ് ഈ വർഷത്തേത്.

ഊരി കുത്താനായി വലിച്ചിട്ട്. തെറ്റാലി പോരുന്നില്ല, ചെകിളപ്പൂവിലൂടെ വിരലുകടത്തി നേർക്ക് നേരെ പിടിക്കുമ്പോൾ ശിവദാസൻ അറിഞ്ഞു അമ്മായിയപ്പന്റെ ശോഷിച്ച കയ്യുടെ വാർന്നു പോകാത്ത ബലം

കുത്തുകൊണ്ട വാള കൈത്തോട്ടിലേയ്ക്ക് വീണു. ചതുപ്പിൽ കിടന്ന് പിടച്ചിൽ തീരുന്നതുവരെ- വേലപ്പൻ നോക്കി നിന്നു-

ആ കാഴ്ച ആസ്വദിക്കാൻ ആകാശം ഇടയ്ക്കിടെ പ്രകാശം ചൊരിഞ്ഞു.

പുലർച്ചെ ആരോ കണ്ടു - ചത്ത് മലന്ന് ഒഴുകി പോകുന്ന വാളയേയും കമഴ്ന്ന് കിടക്കുന്ന തടിച്ച രൂപത്തേയും- വേലപ്പൻ അപ്പാഴും മീൻ ഒരുക്കി കഴിഞ്ഞിട്ടുണ്ടായിരുന്നില്ല- മുളക് ചാറാക്കി വെച്ച് ചോറും ഉണ്ടിട്ട് വേണം പോകാൻ തോർത്തും ബനിയനും അത്യാവശ്യം വേണ്ടതെല്ലാം എടുത്തു വച്ചിട്ടുണ്ട്.

അല്ലെങ്കിൽതന്നെ എട്ടോ പത്തോ വർഷം കഴിഞ്ഞുള്ള ഒരു ഊത്തയ്ക്ക് താനുണ്ടാവുമെന്ന് എന്തുറപ്പാണുള്ളത്.

വാളമീന്റെ അവസാന മുള്ളും ഈമ്പി പൂച്ചയ്ക്കിട്ട് കൊടുക്കുമ്പോൾ വേലപ്പനറിഞ്ഞു പുറത്ത് കലക്കവെള്ളത്തിൽ ഒരു ജീപ്പ് വന്ന് നിൽക്കുന്നത്....

തനിമ 2007.

ഹൃദയംഗമം

പാറക്കൂട്ടങ്ങളിൽ തിരകൾവന്നുതല്ലിത്തകർന്നു. ജലകണങ്ങൾ ചിന്നിച്ചിതറി. കടൽക്കാക്കകൾ തിരകളിൽ ആലോലമാടി. അവളുടെ മുടി നെറ്റിയിൽ പാറികിടക്കുന്നുണ്ടായിരുന്നു. തകർന്ന തിരയിലെ വെള്ളത്തുള്ളികൾ അവളുടെ ചുവന്ന ബ്ലൗസിൽ അൽപ്പം കറുപ്പ് പടർത്തി.

പകലിന്റെ ചൂട് പാറക്കൂട്ടങ്ങൾ തിരികെ കൊടുത്തിട്ടുണ്ടായിരുന്നില്ല. വെയിൽ അതിന്റെ അവസാന നിമിഷങ്ങളോടടുത്തു വന്നിരുന്നു. എന്റെ പുറകിൽ എന്റെ തോളിൽ ചാരിയാണവൾ ഇരുന്നിരുന്നത്. അവളുടെ മുഖം എനിക്കു കാണാൻ കഴിയുമായിരുന്നില്ല.

അവളുടെ ശ്വാസോച്ഛ്വാസത്തിന്റെ ചൂടു കൂടി വന്നപ്പോൾ ഞാൻ തിരിഞ്ഞുനോക്കി. നുണക്കുഴികളുള്ള കവിളിന്റെ പകുതിവരെ കണ്ണുനീരൊഴുകി നിൽക്കുന്നു. കാക്കപ്പുള്ളിയുള്ള താടിയിൽ വിയർപ്പു പൊടിഞ്ഞിരുന്നു.

'ന്താ....?'

ഞാൻ വിറയാർന്നു.

''മടുക്കുന്നു..''

അവൾ എന്റെ കണ്ണിലേക്ക് നോക്കി പറഞ്ഞു.

ഞാൻ പോക്കറ്റിൽ സൂക്ഷിച്ചിരുന്ന പുതിയ ബ്ലെയ്ഡെടുത്തു. അവൾ സാരിത്തുമ്പുകൊണ്ട് കണ്ണുനീർ തുടച്ചു. പിന്നെ വലതുകൈ എന്റെ മടിയിലേക്ക് നീട്ടിവച്ചു. അവളുടെ കയ്യിലെ കുപ്പിവളകൾ ഞാൻ മാറ്റിപ്പിടിച്ച് ഞരമ്പിൻ മേൽ ബ്ലെയ്ഡു വച്ചു...കണ്ണടച്ചു.

ആദ്യം എന്റെ കൈ മുറിക്കാമായിരുന്നു. പക്ഷേ അതൊരിക്കലും അവൾ സമ്മതിക്കില്ലെന്ന് എനിക്കറിയാമായിരുന്നു. എന്റെ ഹൃദയത്തിൽ കുന്തങ്ങൾ തറഞ്ഞു കയറുന്നതുപോലെ തോന്നി. ഞാൻ ബ്ലെയ്ഡ് അമർത്തി ചലിപ്പിച്ചു. അവളൊന്നു കരഞ്ഞില്ല. ഒന്നും ശബ്ദിച്ചില്ല.

അതാണ് ഞാൻ കണ്ണുതുറക്കാൻ കാരണം. കണ്ണടച്ച്, തല ചെരിച്ച്, വേദനകടിച്ചമർത്തി കണ്ണീരൊഴുക്കിയുള്ള ഇരിപ്പുകണ്ടപ്പോൾ എന്റെ നിയന്ത്രണം വിട്ടുപോയി.

ചൂടുള്ള കറുത്ത പാറയിലൂടെ എന്റെ പ്രണയിനിയുടെ ചൂടു ചോര ചാലുകളായി ഒഴുകിയിറങ്ങി.

'ദേവു...'

അവൾ കരഞ്ഞുകൊണ്ട് ചിരിച്ചു.

'നിന്നെ ഞാൻ മരണത്തിനു കൊടുക്കില്ല.'

'ന്താ...ത്?'

അവളുടെ വരണ്ട ചുണ്ടുകൾ ചലിച്ചു.

'നമുക്ക് മരിക്കണ്ട...'

ഞാനവളുടെ മുറിഞ്ഞ കയ്യിലമർത്തിപ്പിടിച്ചു. ചോര പുരണ്ട ബ്ലയ്ഡ് പാറപ്പുറത്തൊട്ടിയിരുന്നു. അവളേയും തോളിലെടുത്ത് പാറക്കൂട്ടങ്ങൾ മാറിമാറി ചവിട്ടി ഞാൻ നടന്നു. പുറകിൽ തിരകൾ വന്നു തകർന്നു പോകുന്ന ശബ്ദം എന്റെ നടത്തം വേഗത്തിലാക്കി.

നിറദീപം 2004

വെളുപ്പ്

നീ, ഇന്നലെ എപ്പോഴാണു വന്നു കയറിയത്? രാത്രി ഒരുപാടു വൈകിയിട്ടല്ലോ....? നീ വന്നപ്പോൾ എന്താണ് എന്നെ ഉണർത്താതിരുന്നത്. നീ നന്നായി കുടിച്ചിട്ടുണ്ടായിരുന്നു. മഴ നനഞ്ഞുവന്ന നീ അത്താഴം പോലും കഴിയ്ക്കാതെ കിടക്കയിലേയ്ക്ക് വീണു.

പുറത്ത് കുറച്ചു ദിവസമായി പതുങ്ങി നിന്നിരുന്ന വെയില് തെളിഞ്ഞു പരന്നു തുടങ്ങി. വാതിൽ തുറന്ന്, മനസ്സിൽ ഒരുപാടു ചോദ്യങ്ങളും കയ്യിൽ ഒരു കപ്പു കാപ്പിയുമായി ചേച്ചി വന്നു. ചേച്ചിയുടെ മുഖത്ത് ഒരു വിധവയുടെ ദുഃഖത്തെ ദണ്ഡിക്കുന്ന പ്രസരിപ്പുണ്ടായിരുന്നു.

''ഇന്നലെ വെളുപ്പിനു പോയതല്ലേ നീ...ഒന്നു പറഞ്ഞിട്ടാകാമായിരുന്നു...''

തലേദിവസത്തെ മദ്യത്തിന്റെ പ്രവൃത്തി മൂലം കനം തൂങ്ങിയ കണ്ണുകളുയർത്തി നോക്കി. ശേഷം അതുപോലെ തന്നെ താഴ്ത്തി.

''നിനക്കു ചേച്ചിയെ വെറുപ്പാണോ...?''

നിലയ്ക്കാത്ത കയ്യടികളുടെ ശബ്ദപ്പെരുമയിൽ അവൻ എഴുന്നേറ്റ് കട്ടിലിൽ ഇരുന്നു. വായിൽ ചവർപ്പ്. ചേച്ചി നിറഞ്ഞ കണ്ണുകളോടെ മുറിവിട്ടു. അവരുടെ വെളുത്ത മുഖം പലപ്പോഴും ചുവന്നും കറുത്തും വരാറുണ്ട്.

അവരോട് തനിക്ക്..?

ഇന്നലെ.

പകൽ തുടങ്ങിയതെങ്ങിനെയാണ്...? ജോയി വീട്ടിൽ വന്നുവിളിച്ചപ്പോഴാണ് ഉണർന്നത്. എഴുന്നേറ്റ് കാത്തുനിന്ന അവനോടൊപ്പം പോയി. എങ്ങിനെയാണ് സുഹൃത്തുക്കളെല്ലാം വന്നുചേർന്നത്. ചീട്ടുകളി, മദ്യപാനം...പാട്ട്...ഡാൻസ് എന്തൊക്കെയാണ് ഓർക്കാൻ കഴിയുന്നില്ല.

പാതിരായ്ക്ക് മാർക്കറ്റിനു താഴെ പുഴയുടെ കൈവരികളിൽ പിടിച്ച് താഴേയ്ക്കു ചാടാൻ ഒരുങ്ങിയത്. അപ്പോൾ മഴയുടെ ശബ്ദവും ചേച്ചിയുടെ കരച്ചിൽ പോലെ...

കൂട്ടുകാരന്റെ കാറിലെ സംഗീതത്തിലായിരുന്നു ഒരു മണിക്കൂർ ബാറിലെ എ.സി. റൂമിൽ പിന്നീടുള്ള സമയം

ഒരുപാടു മോഹങ്ങളായിരുന്നു.

ജ്വല്ലറി ഉടമയായ സുഹൃത്ത് ടേബിളിൽ തല വെച്ച് മയങ്ങി.

മരങ്ങൾക്കിടയിലൂടെ നടന്നുപോകുമ്പോൾ ചേച്ചിയുടെ സ്വപ്നങ്ങളെക്കുറിച്ച് ഓർത്തുപോയി. കൂട്ടുകാരന്റെ താടിയെല്ല് എന്തിനു വേണ്ടിയാണ് ഇടിച്ചു തകർത്തത്. ചേച്ചി തന്റെ മുഖത്തു നോക്കാൻ എന്തിനാണ് പ്രയാസപ്പെട്ടത്. സിഗരറ്റു പുകകൾക്കിടയിലെ ചേച്ചിയുടെ ചിരി പലപ്പോഴും ഞെട്ടിയുണർത്താറുണ്ട്.

ഏതു പാതിരാത്രിയിലാണ് എന്റെ അത്താഴത്തിനു കാവലിരുന്ന ചേച്ചിയുടെ മുഖം കറുത്തുപോയത്.

എനിയ്ക്ക് ചേച്ചിയെ ഇഷ്ടമായിരുന്നു. ജേഷ്ഠന്റെ ഭാര്യയെ അമ്മയെപ്പോലെ കാണണം എന്ന് എന്നെ പഠിപ്പിച്ചത് അമ്മ തന്നെയാണ്.

മദ്യപാനം നിറുത്തുവാൻ ചേച്ചി എന്നെ ഉപദേശിയ്ക്കും. ഒരു ജോൺ എബ്രാഹാമോ, അയ്യപ്പനോ ആകാനാണ് എന്റെ ശ്രമമെന്ന് സത്യത്തിൽ ചേച്ചിയ്ക്കറിയില്ല.

''നിനക്കു വിവാഹമൊന്നും വേണ്ട....''

രാത്രിയാണോ പകലാണോ ചേച്ചി എന്നോടതു ചോദിച്ചത്.

''വേണം.''

''പ്രായമായില്ലേ...?''

''ഉവ്വ്.''

പിന്നെന്തിനാ താമസിപ്പിക്കണെ...?

ഇടിവാളുകൾ മിന്നിപൊലിഞ്ഞ് മരങ്ങളുടെ ജലാംശം നഷ്ടപ്പെട്ട രാത്രിയിൽ ഉറങ്ങാൻ കിടന്നപ്പോൾ ചേച്ചി ആമുഖങ്ങളില്ലാതെ പറഞ്ഞു തുടങ്ങി.

''എനിക്കു നീ സ്വന്തം അനുജനപ്പോലയാണ്...''

പുറത്തെ മഴയുടെ ശബ്ദത്തിൽ അകത്തു ചേച്ചി കരഞ്ഞു.

''എനിയ്ക്ക് അമ്മയെപ്പോലെ തന്നെ...''

''നിനക്കെന്തിനാണ് എന്നോട് അകൽച്ച..? എന്തിനാണ് നീ എന്നോട് അകന്നുനിൽക്കുന്നത്..?

''ചേച്ചിയ്ക്ക് മറ്റൊരു വിവാഹം കഴിച്ചു കൂടെ..?''

''ആരും നടത്തും...എനിയ്ക്കാരുമില്ല. ആകെയുള്ളത് നീയാണ്. നീ എന്റെ കല്യാണം നടത്തിയാൽ ആളുകൾ എന്തു പറയും...?''

''ആളുകൾ എന്തും പറഞ്ഞോട്ടെ..''

''വേണ്ട...നിനക്കു ഭാരമായെങ്കിൽ ഞാൻ പൊയ്ക്കോളാം.''

മഴ നനഞ്ഞ് വൃത്തിയായി കിടന്ന മുറ്റത്തെ കറുത്ത കല്ലിൽ

ഇരിക്കുമ്പോൾ ചേച്ചി പറഞ്ഞു.

‘‘നിനക്കു വേണ്ടി പത്രത്തിലൊരു പരസ്യം കൊടുത്തു വൈവാഹിക പംക്തിയിൽ...’’

എന്നെ വെളുപ്പാൻ കാലത്തെ ഉണർത്തി തുടങ്ങിയതു ചേച്ചിയാണ്. വിവാഹത്തിനു ചേച്ചിയുടെ സമ്മാനം.

‘God bless you on this happy occasion' എന്നെഴുതിയ വെള്ള കടലാസായിരുന്നു.

ചേച്ചിയുടെ മുറിയിലെ നിശബ്ദതയിൽ എന്റെ മനസ്സു പിടഞ്ഞു.

എന്നാണ് ചേച്ചി പോയത്.

മഴക്കാറു നിറഞ്ഞു നിന്ന ഒരു ദിവസം ഒന്നും പറയാതെ ചേച്ചി പോയി. ഗെയ്റ്റ് കടന്ന് തിരിഞ്ഞുനോക്കാതെ പോയ ചേച്ചിയുടെ പിന്നാലെ ചെല്ലാൻ ഒരുങ്ങിയ എന്റെ കൈകളിൽ എന്റെ ഭാര്യയുടെ കയ്യുടെ ബലം ഞാനറിഞ്ഞു.

ബാറിലെ തിരക്കിനിടയിൽ ആരോ പറഞ്ഞു.

‘‘നിന്റെ ചേച്ചി മരിച്ചു കാണും....’’

ഞാനെന്തിനാണ് ഇങ്ങനെയായത്...? നനഞ്ഞു കിടന്ന ഓലാ പുരകളിൽ ചേച്ചിയുടെ കരച്ചിൽ എന്റെ സ്വപ്നങ്ങളിൽ...കൈവരികൾക്കു താഴെ കുതിച്ചു പായുന്ന പുഴയിൽ ചേച്ചിയുടെ ചിരികൾ...

വെള്ള വസ്ത്രത്തിനുള്ളിലെ മുഖം മറച്ച രൂപങ്ങളിൽ ചേച്ചി ഒളിച്ചിരുന്നു.

സാഹചര്യങ്ങളും ചുറ്റുപാടുകളും നമ്മെ ഭരിച്ചുകൊണ്ടിരിക്കുകയാണ്. അതിനു നടുവിൽ ഒന്നിനും കഴിയാതെ നമ്മളും.

ഒരിയ്ക്കൽ എനിക്കു വന്ന കത്തിൽ ഇങ്ങനെയഴുതിയിരുന്നു. നിനക്കു സുഖമെന്നു വിശ്വസിക്കുന്നു. മദ്യപാനം കുറച്ച് എന്ന് ഞാനറിഞ്ഞു. നല്ലത്. നിന്റെ കുഞ്ഞിന് എന്തിനാണ് എന്റെ പേരിട്ടത്. വിധിയുടെ പരീക്ഷണങ്ങളിൽ ഞാൻ വീണ്ടും തോറ്റുപോവുകയാണ്. ഭാര്യയ്ക്കു സുഖമെന്നു വിശ്വസിയ്ക്കട്ടെ. ഏട്ടന്റെ ഓർമ്മ എന്നും ഉണ്ടാവണം. എന്റെ മനസ്സിൽ അതെന്നും പച്ചയായി നിൽക്കും. നിനക്കും കുടുംബത്തിനും നല്ലതുവരാൻ ഞാൻ എന്നും പ്രാർത്ഥിക്കുന്നുണ്ട്. നിർത്തുന്നു. സ്നേഹത്തോടെ...

വിലാസം ഇല്ലായിരുന്നു മറുപടി അയയ്ക്കാൻ...

പത്ത് വർഷങ്ങൾക്കുശേഷം വെങ്ങൂർ കോൺവെന്റിൽ നിന്നും ഒരു കത്തു വന്നു. അതിൽ കഴിഞ്ഞുപോയ ചേച്ചിയുടെ മരണം രേഖപ്പെടുത്തിയിരുന്നു, അതിന്റെ അധികാരികൾ.

അക്ഷരക്കളരി മാസസിക 2003

ക്രമം

ഇരുട്ടിലൂടെ കുറേ നേരം നടന്നപ്പോൾ വെളിച്ചം ഉണ്ടെന്നു തോന്നിപ്പോയി. പാലമരത്തിനപ്പുറം ആരെയോ ദഹിക്കാൻ കൂട്ടിയ 'തീ' കെട്ടിട്ടുണ്ടായിരുന്നില്ല. ഞാറക്കാടുകൾക്കിടയിലൂടെ മല ചവിട്ടിക്കയറുമ്പോൾ ഇരുട്ട് മുന്നിലെപ്പോഴും മറ സൃഷ്ടിച്ചുകൊണ്ടിരുന്നു. ഇനിയും നാഴികകളെടുക്കും വൈദ്യന്റെ വീട്ടിലെത്താൻ.

എട്ടുമണി കഴിഞ്ഞപ്പോഴാണ് അമ്മയ്ക്ക് രോഗം മൂർച്ഛിച്ചത്. വാസുവേട്ടൻ ആറര മണിയ്ക്കാണ് പോയത്. അന്നേരം അമ്മയ്ക്ക് അൽപം കുറവുള്ളതുപോലെ തോന്നി. വാസൂട്ടനുള്ളപ്പോ ആയിരുന്നെങ്കിൽ അവന്റെ സൈക്കിൾ എടുത്തുകൊണ്ടുപോരാമായിരുന്നു.

വാസു പോയി അൽപ്പം കഴിഞ്ഞപ്പോ അമ്മയ്ക്ക് കലശമായ വയറുവേദന തുടങ്ങി. ജാതിക്കായുടെ കുരു പൊട്ടിച്ചു കൊടുത്തും അരിച്ച ഇഞ്ചിവെള്ളം കൊടുത്തും കഷായം കുടിപ്പിച്ചും എട്ടുമണിവരെ നീട്ടി. എട്ടുമണി കഴിഞ്ഞപ്പോഴേയ്ക്കും അമ്മ പുളഞ്ഞ് മറിയാൻ തുടങ്ങി. പെങ്ങള് പറഞ്ഞതുകൊണ്ട് അടുത്ത വീട്ടിലെ നാണിത്തള്ളയെ വിളിച്ചുകൊണ്ടുവന്നു. അവര് വന്ന് കടുക് വെള്ളമോ എന്തൊക്കെയോ അടുക്കളയിലുണ്ടാക്കി. ഞാനും പെങ്ങളും അമ്മയെ വീശിക്കൊണ്ടിരുന്നു.

വെള്ളം കുടിച്ചു കഴിഞ്ഞപ്പോൾ അമ്മ എഴുന്നേറ്റിരുന്നു. പെങ്ങളുടെ തോളത്ത് ഒരു കൈ അമ്മ പിടിച്ചു. വലതുകൈ എന്റെ മടിയിലും വെച്ചു. നാണിത്തള്ള അമ്മേടെ തല ഉഴിഞ്ഞു.

തല വേദനിക്കണൊണ്ടോ ഭാർഗവീ

നാണിത്തള്ള അമ്മയോട് കൂർത്ത സ്വരത്തിൽ ചോദിച്ചു.

ഓ

അമ്മ ആകെ വിയർത്തിരുന്നു.

അൽപസമയം ആരും ഒന്നും മിണ്ടിയില്ല. നാണിത്തള്ള ഒരു വിളക്കുമെടുത്ത് പുറത്തേയ്ക്കിറങ്ങിപ്പോയി. നിലത്തുവെച്ചിരുന്ന

വിളക്കിനു ചുറ്റും ഒരു തടിയൻ ഈച്ച വട്ടംപറന്നുകൊണ്ടിരുന്നു. അത് ഇടയ്ക്കിടെ തീയിൽ മുട്ടി. അപ്പോഴെല്ലാം അത് അകന്നുപറന്നു.

ഇത്തിരി നേരം കഴിഞ്ഞപ്പോ നാണിത്തള്ള കുറേ പച്ചിലകളും, വേരും, തൊലിയുമൊക്കെയായി വന്നു.

കുട്ടീഷ്ണാ...ഇതമ്മിവെച്ചൊന്നു ചതച്ചു തന്നെ.

നാണിത്തള്ള തിരിഞ്ഞു കൊണ്ട് പറഞ്ഞു.

അമ്മയുടെ കൈ കട്ടിലിൽ വെച്ച ശേഷം എഴുന്നേറ്റ് നാണിത്തള്ള തന്ന ഇലയും വേരും മേടിച്ച് അമ്മിക്കല്ലിൽ വെച്ചു ചതച്ചു. ചമ്മന്തി പരുവമായപ്പോൾ നാണിത്തള്ള പറഞ്ഞു.

അമ്മയുടെ കൈ കട്ടിലിൽ വെച്ച ശേഷം എഴുന്നേറ്റ് നാണിത്തള്ള തന്നെ ഇലയും വേരും മേടിച്ച് അമ്മിക്കലിൽ വെച്ചു ചതച്ചു. ചമ്മന്തിപരുവമായപ്പോൾ നാണിത്തള്ള പറഞ്ഞു.

മതിയാക്കിയ്ക്കോ...നീ അതൊരു പിഞ്ഞാണത്തിലാക്കിയെടുക്ക്.

പിഞ്ഞാണത്തിലാക്കിയപ്പോൾ ബാക്കി വന്ന ഇലയും വേരും ചേർന്ന് നാണിത്തള്ള വെള്ളം തെളപ്പിച്ചു.

ഒരു തുണിയെടുത്തേയ്

– ഞാൻ പെട്ടിയിൽ മടക്കിവെച്ചിരുന്ന വെള്ളമുണ്ടിൽ നിന്നും ഒരറ്റം കീറിയെടുത്തു.

തുണി വെള്ളത്തിൽ മുക്കി അതിൽ പച്ചിലച്ചമ്മന്തി തേച്ചു പിടിപ്പിച്ചു. അത് കട്ടിലിനടുത്തേയ്ക്കു കൊണ്ടു വന്നു. അമ്മ ചെറുതായി ഞരങ്ങുന്നുണ്ടായിരുന്നു. തുണി അമ്മയുടെ നെറ്റിയിൽ ചേർത്തു വെച്ചു കൈയിലും കാലിലുമെല്ലാം പച്ചിലച്ചാറ് തേച്ചു പിടിപ്പിച്ചു. നാണിത്തള്ള എല്ലാം അടുക്കളയിൽ കൊണ്ടുപോയി വെച്ച് തിരികെ വന്നു. അമ്മ ഞരങ്ങാതെ അടക്കിക്കിടക്കണതുകണ്ടപ്പോൾ ഒരാശ്വാസം തോന്നി. ഒപ്പം നാണിത്തള്ളയോട് ഒരു തരം ആദരവും!

നാണിത്തള്ള കൊരണ്ടിയിട്ട് താഴെയിരുന്നു.

ദേവൂ പെണ്ണേ ഇച്ചിരീ കഞ്ഞീടെ വെള്ളം ങ്ങ്ടുത്തേ.

കൈ വൃത്തിയാക്കിക്കൊണ്ടു പറഞ്ഞു. പെങ്ങൾ അടുക്കളയിലേക്ക് എഴുന്നേറ്റുപോയി. വീശിക്കൊണ്ടിരുന്നിട്ടും അമ്മ വിയർക്കുന്നുണ്ടായി രുന്നു.

ഉപ്പിടണോ?

അടുക്കളയിൽ നിന്നും പെങ്ങളുടെ ശബ്ദം ഉയർന്നുവന്നു.

വേണ്ടയ്'

പിന്നീടായിരുന്നു മറുപടി. കഞ്ഞിവെള്ളം നാണിത്തള്ളയ്ക്കു കൊ ടുത്ത് അവൾ അമ്മയുടെ തലയോട് ചേർന്ന് കട്ടിലിലിരുന്നു. നാണിത്തള്ള കഞ്ഞിവെള്ളം കൊണ്ടു വന്ന കപ്പിൽ നിന്നും നീണ്ട ഒരു പാടയെടുത്ത് അരുകിൽ മാറ്റിയിട്ടു. അവരുടെ തൊണ്ടയിൽനിന്നും വെള്ളം ഇറങ്ങിപ്പോകുന്ന ശബ്ദം ഇരുട്ടിൽ പൊങ്ങിവന്നു പൊട്ടി. പെട്ടെന്നാണ് അമ്മ ചാടിയെഴുന്നേറ്റത്. അമ്മ ഉറക്കെ കരഞ്ഞു. നാണിത്തള്ള കൊരണ്ടിയിൽനിന്നും ഉറക്കം തൂങ്ങുന്ന കണ്ണുകളോടെ എഴുന്നേറ്റു.

അമ്മ നെഞ്ചും വയറും പൊത്തിപ്പിടിച്ച് ഉറക്കെ വീണ്ടും കരഞ്ഞുകൊണ്ട് ചെരിഞ്ഞുകിടന്നു.

വായൂന്റെ സൂക്കേടാ...ചൊറുക്കേണ്ടോവിടെ

ഉം

– പെങ്ങളുടെ കണ്ണും മുഖവും വിങ്ങിയിരുന്നു. അവളിപ്പോൾ കരയും എന്ന് എനിയ്ക്കു തോന്നി.

ഞാൻ അടുക്കളയിൽപ്പോയി ചൊറുക്ക കൊണ്ടുവന്നു. നാണിത്തള്ള അമ്മയുടെ വായിലേയ്ക്ക് ഒരു അടപ്പ് ചൊറുക്ക ഒഴിച്ചു തൊടുത്തു. അമ്മ അതു പുറത്തേയ്ക്കു തുപ്പി. നാണിത്തള്ള അമ്മയുടെ വയറിൽ പൊത്തിപ്പിടിച്ചു.

കുട്ടീഷ്ണാ, നീ വൈദ്യരെ കൊണ്ടുവാ വേഗം

– ഞാൻ പെങ്ങളെ നോക്കി. അവൾ കരഞ്ഞുകൊണ്ട് തലയാട്ടി. ഞാൻ പുറത്തേയ്ക്കിറങ്ങി നടന്നു.

അമ്പലം കഴിഞ്ഞ് മൂന്നാമത്തേ വീടാണ് വൈദ്യന്റെ. രണ്ടാമത്തെ വീടിന്റെ മുമ്പിൽ ഒരു റാന്തൽവിളക്ക് കത്തുന്നുണ്ട്. അവിടെ കയറണോ? എന്തിന്?

വൈദ്യന്റെ വീടിന്റെ മുൻവശത്തും ഒരു കുപ്പിവിളക്കു കത്തിച്ചു വെച്ചിട്ടുണ്ട്. വാതിലിൽ ചായം കൊണ്ട് സർപ്പത്തിന്റെ പടം വരച്ചു വെച്ചിരിക്കുന്നു. മുൻവശത്തെ വലിയ പുളിമരത്തിന്റെ ഇലകൾ ഉറങ്ങി നിൽക്കുന്നുണ്ടായിരുന്നു.

വാതിൽ മൂന്നുനാലുതവണ മൂടുകയും...ഉറക്കെ വിളിയ്ക്കുകയും ചെയ്തു.

വൈദ്യരേ...ഇവിടാരുല്ലേ?

വാതിൽ തുറന്നത് ഒരു യുവതിയാണ്. ഉറക്കച്ചടവ് മുഖത്തുണ്ട്. എന്നെ കണ്ടപ്പോൾ അവൾ ചുണ്ടുകൾ കൂട്ടിക്കടിച്ചു. അവളുടെ ബ്ലൗസ് ഇറുകിനിന്നിരുന്നു. മുണ്ട് പൊക്കി കുത്തിയിരുന്നു.

ന്താ? വികാരം കുത്തി നിറച്ചുവെച്ച ഒച്ച

വൈദ്യരില്ലേ?

ഉവ്വ്

ഒന്നു വിളിക്കോ.

വാതിൽപ്പടിയിൽ നിന്നുകൊണ്ടു തന്നെ തല ചെരിച്ചു പിടിച്ച് യുവതി വിളിച്ചു പറഞ്ഞു.

അച്ഛാ...ദേ കാണാൻ വന്നിരിക്കണ്.

അൽപ്പം കഴിഞ്ഞപ്പോൾ കഷണ്ടിയായ പ്രായം ചെന്ന വൈദ്യൻ പുറത്തേയ്ക്കുവന്നു. അയാൾ ഒരു ഒറ്റമുണ്ട് മാത്രമേ ഉടുത്തിട്ടുള്ളൂ. വൈദ്യൻ വരുന്നതുവരെ യുവതി എന്തൊക്കെയോ ശരീരം കൊണ്ട് കാണിച്ചുകൊണ്ടിരിക്കുകയായിരുന്നു. സ്വയം തടവുകയോ ഉഴിയുകയോ എന്റെ നേരെ കണ്ണെടുക്കാതെ നോക്കുകയും..

ആരാ...ന്താ... വൈദ്യൻ തിരക്കി.

ഞാൻ വിഷമത്തോടെ പറഞ്ഞു.

കീഴ്മലേന്ന് വരുവാ...ന്റെ അമ്മയ്ക്ക് അസുഖം കൂടുതലാ...വൈദ്യരൊന്ന് വരണം.

ഇവിടെന്നാണോ കഷായം വാങ്ങിക്കാറ് ?

വൈദ്യൻ ചോദിച്ചു.

അതേ.

ത്തിരിയധികം വഴിയുണ്ടല്ലോ അല്ലേ?

ഞാനൊന്നും മിണ്ടിയില്ല.

താൻ പൊയ്ക്കോ...വെളുപ്പിന് ഇവിടെ കൊണ്ട്ന്നാ മതി.

വൈദ്യരേ... അങ്ങനെ പറയരുത്. ലക്ഷണം ഗുരുതരാന്നാ തോന്നണേ...പൊളയേം ഉരുണ്ടുമറയേം ഒക്കെ പെയ്യുന്നുണ്ട്...

വൈദ്യൻ എന്തോ ആലോചിച്ചു.

മോളേ! അച്ഛൻ സാധനങ്ങള് എടുത്തേയ്.

വൈദ്യൻ ഭിത്തി ചാരി നിന്ന യുവതിയോടു പറഞ്ഞു.

എന്നെ കണ്ണിറുക്കിക്കാണിച്ചുകൊണ്ട് യുവതി നടന്നു പോയി. ഞാൻ മടിക്കുത്തിൽ നിന്നും ഒരു ബീഡിയെടുത്ത് ചില്ലുവിളക്കിന്റെ ഇടയിലൂടെ കത്തിച്ചു. ഒന്നുരണ്ടു പുകയെടുത്തു എന്റെ പരിഭ്രമം മാറിയിട്ടുണ്ടായിരുന്നില്ല.

തിരികെ ആദ്യം വന്നത് യുവതിയായിരുന്നു. അവർ ഒരു സഞ്ചിയും, ഷർട്ടും, ഒരു വടിയും എടുത്തിരുന്നു. കണ്ണുകൾ താഴേയ്ക്കാക്കി കൊണ്ട് എന്നോടു ചോദിച്ചു.

പേരെന്താ

കുട്ടികൃഷ്ണൻ

ആർക്കാ സൂക്കേട്

വൈദ്യന്റെ ചുമ അകത്തെ മുറിയിൽ നിന്നുയർന്നുവന്നു. ചുരുങ്ങിയ വാക്കുകൾ കൊണ്ടു ഞാൻ ചോദിച്ചു.

പേരെന്താ

കുഞ്ഞുപെണ്ണ്

വൈദ്യന്റെ മകൾക്ക് ഒരു വൈദ്യന്റെ ആവശ്യമുണ്ടെന്ന് അവരുടെ പെരുമാറ്റത്തിലൂടെ ഞാൻ മനസ്സിലാക്കി. അവർ എന്നെ മുട്ടിനിൽക്കാൻ അടുത്തേയ്ക്കു നീങ്ങിവന്നു. ഞാനവരെ അടിമുടിയൊന്നു നോക്കി. ആ നോട്ടത്തിൽ അവർ നിശ്ചലയായി നിന്നു. പൊക്കിൾക്കൊടിയ്ക്ക് താഴെയാണ് മുണ്ട് ഉടുത്തിരുന്നത്. മടക്കുകളുള്ള ഉദരം വിളക്കിന്റെ പ്രകാശത്തിൽ എണ്ണതേച്ചതുപോലെ തിളങ്ങുന്നു.

വൈദ്യൻ മറ്റൊരു സഞ്ചിയുമായി വന്നു. അത് ഇറയത്തു വെച്ച് ഷർട്ടു വാങ്ങി ധരിച്ചു. സഞ്ചി രണ്ടെണ്ണവും എന്നെ ഏൽപ്പിച്ചു. വടിയും തൂക്കുവിളക്കുമെടുത്ത് പ്രാർത്ഥിച്ചു. ഇറങ്ങുന്നതിനു മുമ്പ് വൈദ്യൻ മക്കളുടെ നെറ്റിയിലൊരുമ്മ കൊടുത്തു. മുന്നറിയിപ്പായി പറഞ്ഞു.

മോള് പോയി കിടന്നോ...കതകും വാതിലുമെല്ലാം അടച്ചോളൂട്ടോ

ങ്ങ് ഉംം'' കുഞ്ഞുപെണ്ണ് ചിരിയോടെ മൂളി. കതകും ജനലും ഒന്നും കുഞ്ഞുപെണ്ണ് അടയ്ക്കുകയില്ല എന്ന സത്യം എനിക്കറിയാമായിരുന്നു.

വഴിയിൽവെച്ച് വൈദ്യരോട് ആ കാര്യം പറയാൻ ഞാൻ പല പ്രാവശ്യം വെമ്പിയതാണ്.

മലയിറങ്ങിയപ്പോൾ വൈദ്യർ പറഞ്ഞു.

ഓ കാലുകഴയ്ക്കണ്

സഞ്ചിയ്ക്ക് കനം കൂടി വരുന്നുണ്ടോയെന്ന് ഞാൻ സംശയിച്ചു.

എപ്പഴാ സൂക്കേട് തൊടങ്ങിയേയ

ഇരുട്ടി തൊടങ്ങിപ്പഴാ

അരിഷ്ടം കൊടുത്തോ?

അതു തീർന്നരിക്കാര്ന്ന്

പിന്നെങ്ങനാ...? അസുഖം വന്നാ അതു മാറണവരെ മരുന്ന് കഴിയ്ക്കണം

വൈദ്യര് നിറുത്തി വീണ്ടു ചോദിച്ചു.

കഷായം തീർന്നാരുന്നോ?

അതില്ല

അതു കൊടുത്തോ?

ഉവ്വാ

കുപ്പിവിളക്കും വടിയും ഒരു കൈയിലായി പിടിച്ച് വൈദ്യർ വഴിയരുകിൽ മൂത്രം ഒഴിച്ചു. മൂത്രം നിലത്തു കുത്തി വീഴുന്ന ശബ്ദം പേടിപെടുത്തുന്ന ഒരു സംഗീതത്തിന്റേതുപോലെയായിരുന്നു ഇരുട്ടിൽ.

വീട്ടില് ആരെപ്പൊള്ളത്?

വൈദ്യര് മുണ്ട് നേരെയാക്കിക്കൊണ്ട് ചോദിച്ചു.

നാണിത്തള്ളേം പെങ്ങളും

എന്റെ കാലും കഴച്ചു തുടങ്ങി.

വിളക്കിന്റെ വെളിച്ചം ഇരുട്ടിനെ നോക്കി കൊഞ്ഞനം കുത്തി.

പാലം കടന്ന് പുരയ്ക്കപ്പുറം ചെന്നപ്പോൾ

ആരോ ഉറക്കെ കരയുന്ന ശബ്ദം കേട്ടു.

ആരാത്.

വൈദ്യൻ വിറയലോടെ ചോദിച്ചു. ഞാൻ പേടിയോടെ പറഞ്ഞു കൊടുത്തു.

എല്ലാ വെള്ളി ദിവസോം രാത്രിലെ ഇവിടെ കരച്ചിലുണ്ടാവും ചുഴി പോയി മരിച്ച ഒരു പെണ്ണിന്റെ ആത്മാവാ...എല്ലാവർക്കു അറിയാത്

ആരെങ്കിലും എന്തെങ്കിലും ചെയ്തിട്ടുണ്ടോ...ആ പെണ്ണ്?

വൈദ്യൻ വിളക്കിന്റെ തിരി തിരിച്ചുകേറ്റയിട്ടുകൊണ്ടു ചോദിച്ചു.

ഉവ്വ്...തങ്കച്ചൻ കെട്ടിത്തൂക്കി മരിയ്ക്കാൻ കാരണം ആ പെണ്ണാന്നാ കവടി നിരത്തിയപ്പോ കണ്ടത്. പിന്നെ ഒരു പശും മുങ്ങി ചത്തു. ഇനി ഒരു നാൽക്കാലിം ഒരു മനുഷ്യജന്മോം കൂടി മരണപ്പെടുന്നാ നോക്കിച്ചപ്പോ കണിയാര് പറഞ്ഞത്

അതിനെതിരെ ഒന്നും ചെയ്യാൻ പറ്റൂല്ലേ..

വൈദ്യൻ നടത്തത്തിനിടെ ചോദിച്ചു.

ഒരു ഹോമം, കൊയ്ത്തുകഴിയുമ്പോ പാടത്തു നടത്തണോന്ന്

കഴിഞ്ഞ ആണ്ടീ പറഞ്ഞതാ..വല്യ കാശാവുന്നൊള്ളതുകൊണ്ട്...ആരും അത് നടത്തണോന്ന് പറയണില്ല.

ഞങ്ങൾ വരമ്പിലൂടെ ഇരുട്ടിനെ ചതച്ചുകൊണ്ടു നടന്നു.

വൈദ്യരുടെ മോളാണോ വീട്ടില്ല

അതേ.

കെട്ടിയോള്?

കെട്ടിയോള് പോയി കുഞ്ഞുപെണ്ണിനെ പെറ്റപ്പോ...അവക്കടെ ജാതകത്തി..അവക്കടെ കല്യാണത്തിനു മുൻ ജനിപ്പിച്ചവനും പോവൂന്ന്'' വൈദ്യർ വാക്കുകൾ മുറിച്ചു നെടുവീർപ്പിട്ടു.

ഞങ്ങൾ അന്യോന്യം ഒന്നും ചോദിക്കാതെ നടന്നു.

അകലെ നിന്നുതന്നെ വീട്ടിലെ വെളിച്ചം കണ്ടു. ഞങ്ങൾ നടത്തം വേഗത്തിലാക്കി. വൈദ്യർ മാനത്തേയ്ക്കു നോക്കിക്കൊണ്ടു പറഞ്ഞു.

ഇനി നാലാം പൊക്കം ശിവരാത്രി

എന്റെ ശ്രദ്ധയും കണ്ണും വീട്ടിലെ വെളിച്ചത്തിലായിരുന്നു.

മുള്ളുവേലി കടന്ന് ഞങ്ങൾ പറമ്പിന്റെ അരുക് ചേർന്ന് നടന്നപ്പോൾ... വൈദ്യര് പെട്ടെന്നു നിന്നു. താഴേയ്ക്കു നോക്കിക്കൊണ്ട് പറഞ്ഞു.

ചതിച്ചല്ലോ ദൈവേ..

വൈദ്യര് വിളക്ക് താഴ്ത്തി പിടിച്ചു.

ചോരയുടെ നിറമുള്ള ഒരു പാമ്പ് പുല്ലുകൾക്കിടയിലേക്ക് വലിഞ്ഞു കയറിപ്പോകുന്നു.

വൈദ്യരേ...

വൈദ്യര് പുല്ലിൽ അമർന്നിരുന്നു. വിളക്ക് നിലത്ത് ചെരിഞ്ഞു വീണു. ഞാനത് നിവർത്തിയെടുത്ത് വൈദ്യരുടെ കാലിലേയ്ക്കു നോക്കി. ഉപ്പൂറ്റിയ്ക്കു മുകളിലായി ചോര വരുന്നു. വൈദ്യര് അവിടെ കൈകൊണ്ടഅമർത്തിപിടിച്ചു..പല്ല് കടിച്ചു.

വൈദ്യരേ പാമ്പിനെ കൊല്ലട്ടേ?

വേണ്ട...അതു ചത്തോളും

വൈദ്യര് വേദനയോടെ പറഞ്ഞു.

ദേവൂവേ...ഞാനുറക്കെ വിളിച്ചു.

വൈദ്യര് തനിയെ സഞ്ചി തുറന്ന് ഒരു കുപ്പിയെടുത്ത് മുറിവിലേയ്ക്കു കമിഴ്ത്തി.

ഇത്തിരി വെള്ളം വേണം കുടിയ്ക്കാൻ.

വൈദ്യര് പറഞ്ഞു.

ദേവൂ..

ഞാൻ വീണ്ടും വിളിച്ചു.

വൈദ്യരെന്റെ മടിയിൽ കിടന്നു.

വീട്ടിൽ നിന്ന് ആദ്യം പുറത്തിറങ്ങി വന്നത് അമ്മയായിരുന്നു. എനിയ്ക്ക് വിശ്വസിയ്ക്കാൻ കഴിഞ്ഞില്ല. പുറകെ ദേവു വിളക്കുമായി വരുന്നുണ്ടായിരുന്നു. അതിനു പുറകെ നാണിത്തള്ളയും.

അമ്മേ..

ഞാനുറക്കെ വിളിച്ചു.

മക്കളെ എന്താടാ പറ്റീത്?

അമ്മ വയ്യാത്ത ശബ്ദത്തിൽ ചോദിച്ചു.

ഞങ്ങൾ വൈദ്യനെ അകത്തെ കട്ടിലിൽ കൊണ്ടു ചെന്നു കിടത്തി.

അമ്മ കിടന്നിരുന്നതിൽ, നാണിത്തള്ള വിഷം വലിച്ചുകളയാൻ ഒരു ശ്രമം നടത്തി. അതു ഫലമില്ലാതെപ്പോയി...നാണിത്തള്ള തല ചുറ്റി വീഴുകയും ചെയ്തു.

വൈദ്യരുടെ രോമകൂത്തിൽ നിന്നെല്ലാം ചോരത്തുള്ളികൾ ഉയർന്നു വന്നു. കുമിളകൾ പോലെ...വൈദ്യര് അപ്പാടെ ഒന്നുവിറച്ചു.

ന്റെ മോളെ നോക്കിക്കോണേയ്

വൈദ്യര് കൈക്കൂപ്പി അപേക്ഷിച്ചു.

ഞങ്ങൾ മാറിനിന്നു തലയാട്ടി.

വൈദ്യര് നീലച്ചു വരുന്നുണ്ടെന്നെനിയ്ക്കു തോന്നി. ദേവൂ വൈദ്യന്റെ വായിലേയ്ക്ക് വീണ്ടും വെള്ളം ഒഴിച്ചു കൊടുത്തു. അതുപകരുതി യിറക്കി...രണ്ടുവട്ടം ഒന്നു കുലുങ്ങി..പിന്നെ അനങ്ങിയില്ല.

രാവിലെയാണ് വൈദ്യരുടെ ശവം കൊണ്ടു പോയത്. കുഞ്ഞുപെണ്ണിന് വീട്ടിലേയ്ക്കു കൂട്ടിക്കൊണ്ടുവന്നു.

വേലിയ്ക്കപ്പുറം ചത്ത പാമ്പിന്റെ ശവം ചീഞ്ഞുനാറി. മലയ്ക്കു താഴെ ചൂഴീല് പോയി മരിച്ച പെണ്ണ് വീണ്ടും ഉറക്കെ കരഞ്ഞു.

ആകാശവാണി കൊച്ചി നിലയം 2001

ഓർമ്മയുടെ യാത്ര

ഭ്രാന്താശുപത്രിയുടെ ഇരുണ്ട ഇടനാഴിലൂടെ നടക്കുമ്പോൾ പഴയകാലം ഓർമ്മൾ തിരകളായി ഹൃദയത്തിൽ അലയടിച്ചുകൊണ്ടിരുന്നു. കുറച്ചുകൂടെ നടന്നു കഴിഞ്ഞപ്പോൾ ഭിത്തിയിലേക്കു നോക്കി. പത്തൊൻപതാം സെൽ, അടുത്തതു ദിനേശന്റേതാണ്. അഴികളിലേക്കു നോക്കിയപ്പോൾ തന്നെ ദിനേശന്റെ രൂപം കാണാമായിരുന്നു.

കമ്പിയിൽ തല ചേർത്തു പിടിച്ചു ചുണ്ടുകൾ ഉരച്ചു കൊണ്ടു ആകെ വികൃതമായ ഒരു രൂപം. താടിയും മുടിയും വളർന്നിരിക്കുന്നു. കണ്ണുകൾ ആർത്തിയോടെ ചുറ്റും പരതുന്നു. ചുണ്ടുകൾ വരണ്ടുണങ്ങി. കൈകളിൽ കാലത്തിന്റേതല്ലാത്ത അനുഭവത്തിന്റെ ചുളിവുകൾ വീണിരിക്കുന്നു.

അടുത്തു ചെന്നു അൽപ്പസമയം നിന്നതിനുശേഷം പതുക്കെ ഞാൻ വിളിച്ചു..ദിനേശാ...ദിനേശൻ എന്റെ മുഖത്തേക്കു തുറിച്ചു നോക്കി... ഞാൻ പറഞ്ഞു...എടാ ഞാൻ ദിവാകരനാ....ദിനേശന്റെ കണ്ണുകളിൽ എന്തോ ഒന്നു പിടിച്ചു. ദിവാകരാ നീ...നീ എന്നെ കാണാൻ വന്നതാണോ...ദിനേശന്റെ ചോദ്യത്തെ കടത്തിവെട്ടി ആർത്തിയോടെ ഞാൻ പറഞ്ഞു. അതേടാ...അതേ...നിനക്കു സുഖമാണോ ദിനേശാ...? ദിനേശന്റെ വരണ്ട ചുണ്ടിൽ നിന്നു ഒരു പുഞ്ചിരി പ്രത്യക്ഷപ്പെട്ടു... എന്നിട്ട് പറഞ്ഞു. എന്റെ ലോകമാടാ ഇത്, എന്റെ സ്വർഗം, ജീവിതത്തിൽ ഇത്രയും സുഖം ഞാൻ അനുഭവിച്ചിട്ടില്ല. ദിനേശന്റെ കണ്ണുകളിൽ ജലകണങ്ങൾ ഓളം വെട്ടി.

ദിനേശൻ ഒറ്റപ്പെടുകയായിരുന്നു. ജീവിതത്തിന്റെ ഒറ്റപ്പെടലുകളുടേയും അപകർഷതാബോധത്തിന്റെയും നിഴലിൽ ദിനേശൻ ജീവിതത്തിന്റെ താളമില്ലാത്തവശേത്തേക്ക് തലതിരിക്കാൻ നിർബന്ധിതനാവുകയായിരുന്നു.

'ദിനേശൻ' എന്റെ നശിച്ചുപോയ കൂട്ടുകാരിൽ പ്രമുഖൻ. കുട്ടിക്കാലം

മുതലേ എനിക്കു ദിനേശനെ അറിയാം ദിനേശൻ എല്ലാ കാര്യത്തിലും ഏകനായിരുന്നു. ഒറ്റപ്പെട്ടവന്റെ മുറിപ്പാടുകളായിരുന്നു ദിനേശന്റെ ഹൃദയത്തിൽ.

‘‘ദിനേശൻ ഇന്നു ഒരു കൊലയാളി കൂടെയാണ്. സ്വന്തം മക്കളെ കൊന്ന കൊലയാളി...തന്റെ ഇരട്ടക്കുട്ടികളെ കൊന്നു ജീവനൊടുക്കാൻ ശ്രമിച്ച ദിനേശനെ അവിടെയും ദൈവം ശിക്ഷിച്ചു. കുട്ടികൾ മരിച്ചു. ദിനേശൻ മരിക്കാതെ മുഴുഭ്രാന്തനായിത്തീർന്നു.

ദിനേശന്റെ സ്വഭാവത്തിൽ മാറ്റം വരുത്താനാണ് അമ്മയും അമ്മാവനും ചേർന്നു അവനെ വിവാഹം കഴിപ്പിച്ചത്...ആ സ്ത്രീയും ദിനേശനെ വെറുത്തു ഒറ്റപ്പെടുത്തി. ഇപ്പോൾ ആ സ്ത്രീ വിവാഹം കഴിച്ചു താമസിക്കുന്നു. ദിനേശൻ ഇവിടെയും...

പുറത്ത് അരണമരത്തിന്റെ ഇലകൾ കാറ്റിൽ ആടിക്കളിക്കുന്നുണ്ടായിരുന്നു. അവിടുത്തെ ഭ്രാന്തന്മാരുടെ കരച്ചിൽ കേട്ടാണെന്നു തോന്നുന്നു. വികൃതമായ ഒരു പൂച്ച അതിലെ കടന്നുപോയി. അതിന്റെ കണ്ണ് ചുമന്നു പഴുപ്പുകളോടെ പൊട്ടിയൊലിക്കുന്നു. ഉച്ചവെയിലിന്റെ ചൂട് അവിടെ കൂടുതലാണെന്നു എനിക്കു തോന്നി. ഒരു നെടുവീർപ്പിനുശേഷം ഞാൻ ചോദിച്ചു. ദിനേശാ നീ ഇപ്പോൾ കവിത വല്ലതും എഴുതാറുണ്ടോ?വായിൽ നിന്നു ഊറിവന്ന തുപ്പൽ പ്രയാസത്തോടെ ഇറക്കിയതുശേഷം ദിനേശൻ പറഞ്ഞു. കുറച്ച് എഴുതി... അതു വാർഡൻ മേടിച്ചു വായിക്കാൻ...അയാൾ ഒരു ഭ്രാന്തനാ...കവിതാ ഭ്രാന്തൻ. ദിനേശാ അമ്മയുടെ ആണ്ട് അടുത്തില്ലേ...? ഈ ചിങ്ങത്തിലല്ലേ..നീ വരന്നുണ്ടന്ന് സൗദാമിനി പറഞ്ഞു...നിന്നെ കൊണ്ടുവരാണോന്നു അളിയനും പറഞ്ഞൂത്രെ.

‘ഇല്ല’ ദിനേശന്റെ ഒച്ചയ്ക്കു ഒരിടിമുഴക്കത്തിന്റെ മറ്റൊലി ഉണ്ടായിരുന്നു. അതു ഹൃദയത്തിന്റെ മതിലുകളിൽ തട്ടി പ്രതിധ്വനിച്ചുകൊണ്ടിരുന്നു. അയാൾ പൊട്ടിത്തെറിക്കുകയാണോ ഞാൻ സംശയിച്ചു.

ഇല്ല ദിനേശൻ താഴെ മുഖം കുനിച്ചിരിക്കുകയാണ്...ദിനേശാഎന്താ ഇതു നോക്കിക്കേ..കമ്പികൾക്കിടയിലൂടെ കൈകൾ അകത്തിട്ടു ദിനേശന്റെ താടി നേരേ പിടിച്ചു ഞാൻ പറഞ്ഞു. അയാളുടെ കണ്ണുനീർ എന്റെ കൈയ്യിൽ വീണപ്പോൾ ഒരു ചൂടനുഭവപ്പെട്ടു. അയാളുടെ മുഖം വിളറിവെളുത്തിരുന്നു. എടാ ഞാൻ കാരണമല്ലേ അമ്മ മരിച്ചത്.? ഞാൻ ഭ്രാന്തനായതിൽ വിഷമിച്ചു സൗദാമിനി പറഞ്ഞല്ലോ...അയാൾ പൊട്ടിക്കരഞ്ഞു.

ആശ്വസിപ്പിക്കാൻ ശ്രമിച്ച ഞാൻ നിലവിട്ടു ‘വിതുമ്പിപ്പോയി. കരച്ചിലിന്റെ ആക്കം കുറഞ്ഞപ്പോൾ പോക്കറ്റിൽ സൂക്ഷിച്ചിരുന്ന ടവ്വൽ എടുത്തു ഞാൻ അയാൾക്കു കൊടുത്തു. കണ്ണു തുടക്കു ദിനേശാ എന്താ ഇതു കൊച്ചുകുട്ടികളെപ്പോലെ ദിനേശാ? കഴിഞ്ഞതിനെപ്പറ്റി ആലോചിച്ചിട്ടു കാര്യമില്ല. എല്ലാം ശരിയാവുന്നു വിചാരിക്കൂ. അസുഖം ഭേദായാൽ നമുക്കു പഴയപോലെ...കാവിലും..തോട്ടിലും...അമ്പലത്തിലും സിനിമാക്കോട്ടയിലും എല്ലായിടത്തും പോവാല്ലോ...അതുവരെ നല്ലവണ്ണം

വിശ്രമിക്കൂ. ഞാൻ പറഞ്ഞു. എന്നിട്ടു ആരെങ്കിലും ശ്രദ്ധിക്കുന്നുണ്ടോ യെന്നു നോക്കി പോക്കറ്റിൽ കരുതിയിരുന്ന ബീഡിക്കെട്ടും പെട്ടിയും കമ്പികൾക്കിടയിലൂടെ നീട്ടി. അതുവാങ്ങാൻ ദിനേശൻ കൈകൾ നീട്ടിയപ്പോൾ കൈകൾ കൂടുതലായി വിറയ്ക്കുന്നുണ്ടായിരുന്നു. എന്റെ മനസ്സിൽ ചെറിയൊരു പേടി തോന്നി...പഴയ ദിനേശൻ അല്ലേ എന്നു മനസ്സിൽ ആശ്വസിച്ചു.

'ദിനേശാ...നിന്റെ കണ്ണുനീർ' എന്ന കവിത ഒന്നുപാടാമോ കേൾക്കാൻ വല്ലാത്ത മോഹം. പണ്ടു നീ കള്ളു കുടിച്ചു ലഹരി തലയ്ക്കു പിടിച്ചു കഴിയുമ്പോൾ തോട്ടവക്കിലെ കൽപ്പടവുകളിലിരുന്നു അതുപാടുമ്പോൾ എന്റെ കണ്ണു നനയാറുണ്ടായിരുന്നു....ഒന്നു പാടു ദിനേശാ...ഞാൻ ആവശ്യമെന്ന നിലയിൽ അപേക്ഷിച്ചു. ദിനേശൻ വികൃതമായി ഒന്നുചിരിച്ചു.

എനിക്ക് അപ്പോൾ തന്നെ അവിടെനിന്നു അവനെക്കൊണ്ടുപോക ണം എന്നു തോന്നി. ഇപ്പോൾ ദിനേശൻ പൂർണ്ണമായി സുഖം പ്രാപിച്ചു എന്നു ഒരു നിമിഷം ഞാൻ വിശ്വസിച്ചു.

'ദിനേശാ...ഞാൻ സന്തോഷത്തോടെ വിളിച്ചു ദിനേശൻ സൗമ്യമായി പറഞ്ഞു...എടാ ഞാൻ മറന്നുപോയടാ കുറച്ചു ഇപ്പോൾ ഓർക്കുന്നുള്ളൂ. ദിനേശന്റെ പ്രത്യേകതയാണ് അതു എന്തെങ്കിലുമൊക്കെ എഴുതും.... ഒന്നും പിന്നെ അർക്കില്ല...പിന്നെ നോക്കി മാത്രമേ ചൊല്ലാനോ പാടാ നോ കഴിയുമായിരുന്നുള്ളൂ...ദിനേശന്റെ കവിതകളെല്ലാം ദുഃഖത്തിന്റെ നിഴലുകളായിരുന്നു. ''നീ മരിച്ചവരോട് സംസാരിച്ചിട്ടുണ്ടോ ദിവാകരാ.. എന്തുരസമാണ് അവരോടു സംസാരിക്കാൻ. എന്നു നിനക്കറിയാമോ? ഒരിക്കൽ ദിനേശൻ എന്നോടു ചോദിച്ചു. ഒരു വാരികയിൽ ദിനേശന്റെ കവിത അച്ചടിച്ചു വന്നിരുന്നു. എന്തു സന്തോഷമായിരുന്നു അന്നു ദിനേശനു. അതിൽ പിന്നെ പല വാരികകളിലും ദിനേശന്റെ കവിതകൾ വന്നിരുന്നു.

ദിനേശന്റെ അമ്മ ഒരു പാവമായിരുന്നു. ദിനേശനെ ഓർത്തു ഏറ്റ വും കൂടുതൽ വിഷമിച്ച സ്ത്രീ. ദിനേശന് പിന്നെയുള്ളത് ഒരു സഹോദരി സൗദാമിനി. പിന്നെ ബന്ധു എന്നു പറയാൻ ഒരു അമ്മാവൻ. അയാേ ളാടു ദിനേശനു വെറുപ്പാണ്. ദിനേശനു ഞാൻ കഴിഞ്ഞാൽ പിന്നെ ഏറ്റവും വലിയ കൂട്ട് ഞങ്ങളെ പഠിപ്പിച്ച മേനോൻ മാഷായിരുന്നു. അദ്ദേഹത്തിന്റെ മരണത്തോടെയാണ് ദിനേശൻ തീർത്തും ഒറ്റപ്പെട്ടു എന്ന ബോധം മനസ്സിൽ വന്നത്. അതിൽ പിന്നെ ദിനേശൻ മാനസികമായി തകരുകയും ചെയ്തു.

അകലെയുള്ള ഒരുമുറിയിൽ നിന്നു വക്കുപോയ ഇരമ്പുകിണ്ണം ചിതറിയ ചോറോടെ എടുത്തെറിയുന്ന കാഴ്ച കണ്ടു ഞാൻ ഒന്നു ഞെട്ടി. കൂടെ അകമ്പടിയെന്നോണം ഒരു കരച്ചിലും. ദിനേശൻ തറയി ൽ കുനിഞ്ഞു എന്തോ ചിന്തിച്ചിരിക്കുകയായിരുന്നു. അകലെ ഇടനാഴിയിൽ നിന്നു ഒരു ചെറിയ പെൺകുട്ടി ഓടിവരുന്നുണ്ടായിരുന്നു. പുറകിൽ കുട്ടിയുടെ അമ്മയെന്നു തോന്നിക്കുന്ന ഒരു സ്ത്രീയും.

ആരെയോ കാണാൻ വന്നതാണ്. ഞാൻ മനസ്സിൽ വിചാരിച്ചു. കുട്ടിയുടെ ചിരി ഇടനാഴിയിൽ മുഴങ്ങിക്കേട്ടുകൊണ്ടിരുന്നു. ദിനേശന്റെ ചെവിയിൽ ആ ചിരി എത്തിയത് ഞാൻ തിരിച്ചറിഞ്ഞു. ദിനേശന്റെ തല പെട്ടെന്നു ഉയർന്നു. അയാൾ ചാടി എഴുന്നേറ്റു...കമ്പി അഴികളിൽ തൂങ്ങിപ്പിടിച്ചു...കുട്ടി ഞങ്ങളുടെ അടുത്തേക്കു ഓടി വന്നു എന്നെ നോക്കി ഒന്നു ചിരിച്ചു. കുട്ടി ദിനേശനെ സൂക്ഷിച്ചു നോക്കി എന്നിട്ടൊന്നു പുഞ്ചിരിച്ചു...''അമ്മേ....ദേ...അച്ഛൻ...'' കുട്ടിയുടെ ശബ്ദത്തിനു മഴയുടെ കലമ്പൽ ഉണ്ടായിരുന്നു. എന്റെ നെഞ്ചിൽ ഒരു ഇടികിട്ടിയതുപോലെയായി...ദിനേശന്റെ കണ്ണുകൾ ആർത്തിയോടെ കുട്ടിയെ തുറിച്ചുനോക്കിനിന്നു. കുട്ടിയുടെ അമ്മ വേഗത്തിൽ വന്നുഭയത്തോടെ ദിനേശനെ ഒന്നു നോക്കിയതിനുശേഷം കുട്ടിയെ വലിച്ചുകൊണ്ടു നടന്നു നീങ്ങി. കുട്ടി പുറകിലേക്കു നോക്കിക്കൊണ്ടു മുന്നിലേക്കു വേഗത്തിൽ നടന്നു നീങ്ങി.

ദിനേശന്റെ കണ്ണുകളിൽ ചുവന്ന ഞരമ്പുകൾ നിറഞ്ഞു. കഴുത്തിലെ ഞരമ്പുകൾ വലിഞ്ഞുമുറുകി. അയാളുടെ മുഖം വികൃതമായി മാറി... അയാൾ ഇരുമ്പഴികളിൽ വലിച്ചുപിടിച്ചു. ഞാൻ വിളിച്ചു 'ദിനേശാഅയാൾ താഴേക്ക് ഊർന്നുവന്നു. 'ദിവാകരാ...' അതൊരു അലർച്ചയായിരുന്നു. എന്റെ മക്കൾ...അയാൾ വാവിട്ടു അലറി...ഞാനവരെ എന്തിനാടാ കൊന്നത്? അയാളുടെ കരച്ചിൽ കാണാൻ എനിക്കു കഴിവുണ്ടായിരുന്നില്ല. ദിനേശൻ എന്നെ നോക്കി പൊട്ടിച്ചിരിച്ചു. ഭ്രാന്താശുപത്രിയുടെ ഭിത്തികൾ കുലുങ്ങുന്നതുപോലെ എനിക്കു തോന്നി...ഞാൻ ഭയത്തോടെ ചുറ്റുംനോക്കി. എന്നിട്ടു പുറകിലേക്കു മാറി... എന്റെ കൈകാലുകൾ വിറയ്ക്കുന്നുണ്ടായിരുന്നു. എന്നെ കൊല്ലടാ ദിവാകരാ..അലറിക്കൊണ്ട് അയാൾ തല കമ്പികളിൽ ആഞ്ഞടിച്ചു ചോര പടർന്നു. താടികൾക്കിടയിലൂടെ ചോര ചാലുകളായി ഒഴുകാൻ തുടങ്ങി. വായിലേക്കു ഒലിച്ച ചോര അയാൾ നാക്കുകൊണ്ടു വായിലാക്കി എന്നിട്ടു ഭിത്തിയിലേക്കു ചീറ്റിതുപ്പി. അയാൾ ആകെ കുറച്ചുന്നേരം വിറച്ചു എന്നിട്ടു പതുക്കെ പതിഞ്ഞ ശബ്ദത്തോടെ നിലത്തേക്കു വീണു. ഞാൻ എന്തു ചെയ്യണമെന്നറിയാതെ തരിച്ചു നിന്നു.

എന്റെ കൈകാലുകളിൽ വിയർപ്പുകണങ്ങൾ തളം കെട്ടി ചെറുചെറു കണങ്ങളായി...എന്റെ നെഞ്ചിടിപ്പിനു വളരെ ശബ്ദം ഉണ്ടെന്നു എനിക്കു തോന്നി. വീണു കിടക്കുന്ന ദിനേശന്റെ തലയിൽ നിന്നു പുതിയ ചാലുകളായി തിരിഞ്ഞ് നിണം സിമന്റ് തറയിലൂടെ ഒഴുകിക്കൊണ്ടിരുന്നു. അകലെനിന്നു രണ്ടു വെളുത്ത കുപ്പായക്കാർ ഓടിവരുന്നുണ്ടായിരുന്നു. എനിക്കു അവിടെനിന്നു ഓടിപ്പോകണം എന്നു തോന്നി. പക്ഷേ കാലുകൾ അനങ്ങിയില്ല. അവർ അടുത്തുവന്നു എന്നെക്കുറിച്ചുനോക്കി. ''പുറത്തേക്കു പൊയ്ക്കോ'' അതിലൊരാൾ എന്നോടു ആജ്ഞാപിച്ചു അവർ വേഗത്തിൽ ഇരുമ്പഴികൾ തുറന്നു ദിനേശന്റെ തലയിൽ എന്തോ മരുന്നു വെച്ചു തുണിക്കൊണ്ടു കെട്ടി. അവർ ദിനേശനെ താങ്ങിയെ

ടുത്തു. ഞാൻ അതെല്ലാം നിശ്ചലനായി നോക്കിക്കൊണ്ടിരുന്നു. അവർ ദിനേശനേയും കൊണ്ടു നടന്നുനീങ്ങി. ഞാൻ നോക്കിനിൽക്കെ അവൾ ഒരു വളവുതിരിഞ്ഞു നടന്നകന്നു. ഞാൻ കമ്പികൾക്കിടയിലൂടെ അകത്തേക്കു നോക്കി. ചില ഭാഗത്തു ചോരപിടിച്ചിരിക്കുന്നു. ഭിത്തിയിൽ പതിഞ്ഞിരിക്കുന്ന ചോര ഒരു മനുഷ്യരൂപംപോലെ എനിക്കു തോന്നി. സമയം പതിനൊന്നു മണിയിൽ എന്റെ വാച്ചിലെ എല്ലാ സൂചികളും ചത്തു കിടന്നിരുന്നു. ഞാൻ വാച്ചിൽ വിരൽവെച്ചൊന്നു അമർത്തി. അതെല്ലാം ജീവൻ വെച്ചവയെപ്പോലെ ഓടി തുടങ്ങി ഞാൻ ഒരു സ്വപ്നത്തിലെന്ന പോലെ ഞെട്ടിയുണർന്നു. കണ്ണിൽ നിന്നു വന്ന കണ്ണുനീർ വായിൽ പുളി പടർത്തിയപ്പോഴാണു ഞാനറിയുന്നതു ഞാൻ കരയുകയായിരുന്നു എന്നു അതു തുടച്ചതിനുശേഷം ഞാൻ വേഗത്തിൽ പുറത്തേക്കു നടന്നു. ഭ്രാന്താശുപത്രിയുടെ പടികളിറങ്ങുമ്പോൾ തലയ ിൽ ഒരു മരവിപ്പ് അനുഭവപ്പെട്ടു. അപ്പോൾ മുറ്റത്തെ അരണമരം നിശ്ചലമായിരുന്നു. അവിടെ കാറ്റ് വീശിയുന്നില്ല. വെയിൽ മങ്ങിയിരുന്നു.

ഏതോ പഴയകാല ഓർമ്മയുടെ പൊരുളും തേടി നഷ്ടബോധത്തിന്റെ അതിരുകളും ചവിട്ടി ഞാൻ തളരാതെ വീണ്ടും യാത്ര തുടർന്നു...

കഥാമഞ്ജരി
1999

മീതിയന്റെ കാര്യങ്ങൾ

കേരളത്തിലെ നഗരം കയ്യടക്കി കൊണ്ടിരിക്കുന്ന ഒരു ഗ്രാമം. ഗ്രാമത്തിന്റെ അരികിലൂടെയാണ് കൊച്ചി-മധുര ദേശീയ പാത കടന്നുപോകുന്നത്. ഒരു തോടും തോടിന് കുറുകെയുള്ള പാലവുമാണ് ഗ്രാമത്തിന്റെ ആരംഭം. ഇടതുവശം വിശാലമായ പാടമാണ്. പാടത്തിനരുകിൽ ആദ്യം കാണുന്ന കെട്ടിടമാണ് ലോനപ്പേട്ടന്റെ മില്ല്. കുതിർത്തിയ അരിയും, ഗോതമ്പും, മുളകും...അങ്ങനെ എല്ലാം തന്നെ അവിടെ പൊടിച്ചു കൊടുക്കും. പഴക്കമുള്ള കെട്ടിടത്തിന്റെ ഭിത്തിയിൽ ഒരു പെയ്ന്റ് കമ്പനിയുടെ നിറം പോയ പരസ്യമാണ്. ഒരു കുട്ടിപ്പുലി ബ്രഷുമായി നിൽക്കുന്നത്. മറുഭാഗത്ത് മാറ്റിയൊട്ടിക്കാൻ മറന്നുപോയ ഒരു സിനിമാപോസ്റ്ററും.

മില്ലിന്റെ വരാന്തയിൽ കെട്ടിടത്തോളം പഴക്കമുള്ളതായ ഒരു ബോർഡുണ്ട്. ''കുന്നത്ത് മില്ല്'' എന്നെഴുതിയത്. ആ ബോർഡിനു താഴെ എപ്പോഴുമുണ്ടാകുന്ന മനുഷ്യനാണ് മീതിയൻ.

കേടായ റേഡിയോ, ടി.വി, ഡി.വി.ജി. ഇല്ക്ട്രോണിക്സ് ഉപകരണങ്ങളൊക്കെ നന്നാക്കി കൊടുക്കുന്ന പണിയാണ് മീതിയന്റേത്. മില്ലിന്റെ പുറകിൽ പാടത്ത് മണ്ണ് നികത്തി പുതിയ വീടുകൾ പണിയുന്നിടത്താണ് മീതിയന്റെ വീട്. മീതിയന്റെ പിതാവ് പള്ളിയിലെ കപ്യാരാണ്. അമ്മ പള്ളി സ്ക്കൂളിൽ കഞ്ഞി വയ്ക്കുന്ന ശോശാമ്മയും.

മീതിയന്റെ ഭാര്യ ലിസി ഭർത്താവിനോട് പിണങ്ങി സ്വന്തം വീട്ടിൽ പോയി നിൽക്കുകയാണ്. രണ്ട് കുട്ടികളുള്ളത് മീതിയനോടൊപ്പമാണ്.

മീതിയനിപ്പൊ പണിയെടുക്കുന്നതിനോട് താൽപ്പര്യമില്ല. വെറുതെയിരിക്കണം എത്ര നേരം വേണമെങ്കിലും ആയിരിപ്പ് തുടരാം. ഹൈവേയുടെ നടുക്കുള്ള വെളുത്ത വരകളെ നോക്കി, പാഞ്ഞു പോകുന്ന വണ്ടികളെ നോക്കി...എത്രനേരം വേണമെങ്കിലും അങ്ങനെയിരിക്കാം.

മൂത്തമകൾ ആനി വിളിക്കുന്നു..''പപ്പാ..''

അവൾക്ക് ആറുവയസ്സാണ്. രണ്ടാമത്തവൾ റീനയ്ക്ക് നാലും. മുറ്റത്ത് മീതിയൻ നട്ട ചെടികളെ പോലെയാണ് കുട്ടികളും....നോക്കി നിൽക്കുമ്പോൾ വളരുന്നു. പൂക്കുന്നു. നിറവും സുഗന്ധവുമുള്ള പുതു പൂക്കളെപ്പോലെ തന്റെ കുഞ്ഞുങ്ങൾ...മീതിയന്റെ ചുരുണ്ട് ഇടയില്ലാത്ത മുടികൾ നരച്ചു തുടങ്ങിയിരിക്കുന്നു. മീതിയന്റെ പിതാവിന്റെ മുടി മുഴുവൻ നരച്ചു. പ്രായമായില്ലെങ്കിലും മീതിയന്റേതും നരയ്ക്കുന്നു.

സ്വപ്നങ്ങൾ ഒരു വഴിക്ക്...യാഥാർത്ഥ്യവും അതിന്റെ എതിർവഴിക്ക്... ഉച്ചക്കാറ്റിന്റെ ചൂളം കുത്തലിൽ മീതിയൻ ഒരു നെടുവീർപ്പോടെ ലോനപ്പോട്ടനോട് പറഞ്ഞു. ഒരു ജീവിതം മുഴുവനും ജീവിച്ചു തീർത്തവനെപ്പോലെ മെലിഞ്ഞ് നരച്ചുപോയ ലോനപ്പേട്ടൻ തന്റെ പഴങ്കണ്ണുകൾ പാടത്തിനപ്പുറം കാറ്റ് പിടിച്ചുലയുന്ന തെങ്ങിൻ തലപ്പുകളിൽ നിന്നെടുത്തില്ല.

''മീതിയാ പെമ്പറന്നോര് വന്നോടാ...?''

''ഇനി വരുമെന്ന് തോന്നുന്നില്ല..''

''നിനക്ക് പോയി വിളിക്കാരുന്നില്ലേ..?''

''എന്തിന് സ്വന്തം ഇഷ്ടപ്രകാരം പോയതല്ലേ വേണമെങ്കിൽ വരും..''

''എന്ന് വച്ച്...നിനക്ക് ഭാര്യയെ വേണ്ടേങ്കിൽ വേണ്ട. കുട്ടികൾക്ക് അവരുടെ അമ്മയെ വേണ്ടേ...?''

ആനിമോളുടെ ചിരികൾ മീതിയന്റെ കാതിൽ കിലുങ്ങി..

അവൾ രണ്ടിലാണ് പഠിക്കുന്നത്. പഠിക്കാൻ മിടുക്കിയാണ്. റീനമോളുടെ ചെറിയ മൂക്കും, കുഞ്ഞിക്കണ്ണുകളും, ആദ്യമായ കുട്ടിയിട്ട ചെറു കമ്മലും, കുഞ്ഞിക്കയ്യിലെ ചുവന്ന ചെറുവളകളും...

മീതിയന്റെ കണ്ണുകൾ നിറഞ്ഞു.

ലോഡ് കയറ്റിയ ഒരു തമിഴൻ ലോറി, ഉച്ചയുടെ നിശബ്ദതയ്ക്ക് മുകളിലൂടെ റോഡിന്റെ നെഞ്ചിനെ വിറപ്പിച്ചുകൊണ്ട് കടന്നുപോയി.

നഴ്സറിയിൽ നിന്നും റീനമോളെ കൊണ്ടുവരാൻ നേരം വഴിയിൽ വച്ച് ഒരു പരിചയക്കാരൻ പറഞ്ഞു.

''മീതിയാ വീടുവരെ ഒന്നു വരണം, ടി.വിയൊന്ന് നോക്കണം. പടമില്ല ഒച്ച മാത്രമേയുള്ളൂ.''

''കുട്ടിയെ വിളിക്കാൻ പോവുകയാ വരുമ്പോ കയറാം.''

വഴിയരുകിൽ കാശി തുമ്പകൾ പൂത്ത് നിന്നിരുന്നു. ഓണത്തിന് വാങ്ങിയ കസവിന്റെ ചെറിയ പാവാടയും ബ്ലൗസും ഇട്ട് നഴ്സറിയുടെ ഇറയത്ത് തന്നെ പപ്പയുടെ വരവും പ്രതീക്ഷിച്ച് റീനമോൾ നിൽക്കുന്നുണ്ടായിരുന്നു. മറ്റു കുട്ടികൾ അവരുടെ മമ്മിമാരോടൊപ്പം പോയി തുടങ്ങിയിരുന്നു.

പപ്പയെ കണ്ടയുടൻ അവൾ ഓടി വരാൻ ശ്രമിച്ചു. വീഴാൻ തുടങ്ങിയ കുട്ടിയെ മീതിയൻ വാരിയെടുത്തു. ടീച്ചർക്ക് റ്റാറ്റ പറഞ്ഞ് റീനമോൾ പപ്പയുടെ ദേഹത്തിരുന്ന് കൈകൾ വീശി.

ഒരു കൈയ്യിൽ ബാഗും. വാട്ടർ ബോട്ടിലും പിടിച്ച് മീതിയൻ മകളെ

യും എടുത്തു കൊണ്ട് നടന്നു. റോഡിന് കുറുകെ തുമ്പികൾ വെട്ടി വെട്ടി പാറുന്നുണ്ടായിരുന്നു.

''ഇനി മോക്ക് നടന്നൂടെ..''

റീനമോൾ നിലത്തിറങ്ങി പപ്പയ്ക്ക് മുമ്പേ ഓടി.

''വണ്ടി വരും ഓടല്ലേ...''

മീതിയൻ തന്റെ മുണ്ട് മുറുക്കിയുടുത്തുകൊണ്ട് പറഞ്ഞു.

റീനമോൾ വഴിയരുകിലെ പച്ചില തലപ്പുകളിൽ വിശ്രമിക്കാനിരുന്ന ചക്കരതുമ്പികളെ ശബ്ദമുണ്ടാക്കാതെ പിടിക്കാൻ ശ്രമിച്ചു. പിടികൊടുക്കാതെ തുമ്പികൾ പറന്നുകളയുമ്പോൾ മോള് സങ്കടത്തോടെ പപ്പയെ നോക്കും. പപ്പയുടെ ചിരി കാണുമ്പോൾ റീനമോൾക്ക് ദേഷ്യം വരും.

മീതിയൻ എന്തോ ഓർമ്മയിലായിരുന്നപ്പോഴാണ് മാലതി തന്റെ മുന്നിൽ വന്നു നിന്നത്. മാലതി റീനമോളെ തടഞ്ഞുനിറുത്തി മുടി കോതി കൊടുക്കുകയും ഉടുപ്പ് നേരെയാക്കുകയും ചെയ്തു.

''കുട്ടിയെ എന്തിനാ മുന്നിൽ ഓടാൻ വിടണത്?''

അപ്പോഴാണ് താനൊരു മരവിപ്പിലാണെന്ന് മീതിയനറിഞ്ഞത്.

''മോൾടെ പപ്പയ്ക്കെന്നതാ പറ്റീത്... അത് ഭൂമിലെങ്ങുമില്ലല്ലോ...''

മാലതി കളിയായി കുട്ടിയോട് തിരക്കി.

''പപ്പാ, തുമ്പികളെ നോക്കി നടക്കുവാ...''

റീനമോളുടെ ഉത്തരം കേട്ട് മാലതിയും മീതിയനും ചിരിച്ചു.

''ഇന്നു വൈകിയോ...?''

മീതിയൻ ചമ്മൽ ഒളിപ്പിച്ചുകൊണ്ട് ചോദിച്ചു.

''ഇന്നൽപ്പം നേരത്തെയോ...''

മീതിയൻ വല്ലാതെ പരുങ്ങി.

''മമ്മി വന്നോ മോളെ...?''

മാലതി കുട്ടുയോടന്വേഷിച്ചു.

മീതിയൻ മാലതിയെ നോക്കി. പഴയകാല നഷ്ട പ്രണയം ആ നോട്ടത്തിൽ മിന്നിമറഞ്ഞു. മാലതി തല താഴ്ത്തി റീനമോളെ ചേർത്ത് പിടിച്ചു. അവരുടെ കണ്ണുകൾ നിറയുന്നത് മീതിയൻ കണ്ടു. കണ്ണ് തുടച്ച് കുട്ടിക്ക് രണ്ടുമൂന്ന് ഉമ്മകൾ കൊടുത്ത്, ''നേരം വൈകുന്നു.'' എന്ന് പറഞ്ഞ് മാലതി മുന്നോട്ട് നടന്നു. ഒരു പിടി ദൂരമെത്തിയപ്പോൾ മാലതി തിരിഞ്ഞു നോക്കി. മീതിയൻ മാലതിയെ തന്നെ നോക്കി നിൽക്കുകയായിരുന്നു. ധൈര്യമില്ലാത്തതിനാൽ നഷ്ടപ്പെട്ട പ്രണയത്തേയും ജീവിതത്തെയും കുറിച്ച് വിചാരിച്ച് മീതിയൻ ദുഃഖിച്ചു.

അല്ലെങ്കിലും എല്ലാം ദൈവ നിശ്ചയമാണ്. ദൈവം വിധിയ്ക്കാതെ മനുഷ്യൻ മാത്രം ആഗ്രഹിച്ചാൽ ഒന്നും നടക്കില്ല. മനുഷ്യന്റെ ആഗ്രഹങ്ങൾ വ്യർത്ഥമാണ്. മീതിയൻ ഓർത്തു. റീനമോളുടെ മുടിയിൽ തടവി കൊണ്ട് മീതിയൻ നടന്നു.

മാലതി ഇതുവരെയും വിവാഹം കഴിച്ചിട്ടില്ല. കവലയിൽ അക്ഷയകേന്ദ്രം നടത്തുന്നു. മീതിയനെ ഇപ്പോഴും മനസ്സിൽ കൊണ്ടു നടക്കുകയാണ് ആ പാവം പെണ്ണ്.

ഇതൊരു മാലതിയുടെയും മീതിയന്റെയും മാത്രം കാര്യമല്ല.

ഇതുപോലുള്ള കേസുകളിൽ ഒരു ടെലിവിഷൻ ചാനൽ നടത്തിയ ചർച്ചയിൽ ഇപ്രകാരമുള്ള അഭിപ്രായങ്ങൾ വന്നു.

''മീതിയൻ ആദ്യബന്ധം ഉപേക്ഷിച്ച് മാലതിയെ വിവാഹം കഴിക്കട്ടെ...'' ഇതൊരു കോളേജ് കുമാരന്റെ അഭിപ്രായമാണ്.

''ഒരു കുട്ടിയെ മീതിയനും മറ്റൊരു കുട്ടിയെ ഭാര്യയും വളർത്തട്ടെ അവർക്കിഷ്ടമുള്ളതുപോലെയന്നിട്ട് ജീവിക്കട്ടെ...''

ഇതൊരു ചെറുപ്പക്കാരി പങ്കുവെച്ചത്.

''സ്വരചേർച്ചയില്ലാതെ ഇങ്ങനെ ഈ ജീവിതം മുരടിപ്പിച്ചിട്ട് എന്തു കിട്ടാൻ...ആനിമോളുടെയും റീനമോളുടെയും മനസ്സ് സ്നേഹം കിട്ടാതെ പോകാനോ...?

ഒരു അവിവാഹിതന്റെ പറച്ചിലാണിത്.

''പക്ഷേ ഒരു കാര്യം, മീതിയന്റെ കൂടെ ഏത് കുട്ടി നിൽക്കും?''

ചോദ്യം ഒരു പുരോഹിതന്റേത്.

''ഇളയകുട്ടി എന്ന നിലയിൽ റീനമോളെ മമ്മിയ്ക്ക നൽകുക.'' മുതിർന്ന ഒരു വക്കീൽ ഓർമ്മിപ്പിച്ചത്.

''റീനമോളുടെ മമ്മി ഒരു രണ്ടാം വിവാഹത്തിനൊരുങ്ങിയാൽ വരുന്ന ഭർത്താവ് റീനമോളെ എങ്ങനെ കാണും?''

''സ്വന്തം മകളെ പോലെ കാണുമോ?''

''അവർക്ക് ഒരു മകനോ മകളോ ഉണ്ടായാൽ?''

കഥാകൃത്ത് ചിന്തിച്ച് പറഞ്ഞത് ഇതാണ്.

''ഒറ്റക്കാര്യം പറയാം, മീതിയൻ ഭാര്യയെ തിരികെ കൊണ്ടുവരട്ടെ അല്ലാതെ ഇങ്ങനെ വഴിവിട്ട ചർച്ചകളോ കുടുംബം തകർക്കുന്നത്. മാലതിയെ മറക്കണം മറന്നേ പറ്റൂ...''

റിട്ടേർഡായ ഒരു അദ്ധ്യാപക ദമ്പതികൾ ഗുണദോഷിച്ചത് ഇപ്രകാരമാണ്.

മാലതി മീതിയനെ മനസ്സിൽ ഓർത്തു കൊണ്ടിരുന്നിട്ട് ഒരു കാര്യവുമില്ല. മനസ്സുവച്ചാൽ മാലതിയ്ക്ക് ഒരു കല്യാണം ഉടനെ നടക്കും. പണ്ടെങ്ങോ പ്രേമിച്ചെന്നു വച്ച് ഒരു ജീവിതം അതിന്റെ പേരിൽ കളയുന്നതെന്തിന്. പേരക്കുട്ടികളോട് പറഞ്ഞു ചിരിക്കാൻ ഒരു കഥ മാത്രമാകണം ആ പ്രണയമൊക്കെ. പൊതുജനങ്ങൾ ഏറെപ്പേർ ഈ അഭിപ്രായക്കാരിയായിരുന്നു.

''മീതിയാ നീ പോയി ഭാര്യയെ വിളിക്ക്''

മീതിയന്റെ പിതാവാണ് മൂന്നാം വട്ടം ഇക്കാര്യം പറഞ്ഞത്.

മീതിയന്റെ ഭാര്യ, ആനിമോളുടേയും റീനമോളുടേയും മമ്മി, മറ്റത്തിപറമ്പിൽ ലിസി മീതിയൻ, കഴയ്ക്കുന്ന കണ്ണുകളോടെയും തെളിഞ്ഞ മുഖത്തോടെയും തന്റെ ഭർത്താവിനെ കാത്ത് ജാലകത്തിനരുകിൽ ഇരുന്നിരുന്നു.

മടക്കയാത്രയിൽ മീതിയൻ അന്വേഷിച്ചു.

''ഞാൻ വന്നില്ലായിരുന്നുവെങ്കിൽ നീ എന്തു ചെയ്യുമായിരുന്നു?''

''ഇന്നു കൂടെ കണ്ടില്ലായിരുന്നുവെങ്കിൽ ഞാൻ അങ്ങോട്ടേയ്ക്ക് വരുമായിരുന്നു. എന്റെ കുഞ്ഞുങ്ങളെ കാണാൻ എനിക്ക് കൊതിയായി ട്ടുമേല.''

ആകാശത്ത് ചുവപ്പ് പടർന്നു തുടങ്ങുമ്പോൾ അവർ പാലം കഴിഞ്ഞ് ലോനപ്പേട്ടന്റെ മില്ലിനടുത്തെത്തി.

''ഓ ഇപ്പഴെങ്കിലും തോന്നിയല്ലോടാ നിനക്ക്..''

ലോനപ്പേട്ടൻ പൊടിച്ച അരി കുടഞ്ഞിട്ടു കൊണ്ടു ചോദിച്ചു.

ഉമ്മറത്തിരുന്ന് ആനിമോൾ പദ്യം പഠിക്കുകയായിരുന്നു. പപ്പയും മമ്മിയും ഒപ്പം വരുന്നതുകണ്ടപ്പോൾ അവൾക്ക് സന്തോഷം അടക്കാൻ കഴിഞ്ഞില്ല. അവൾ ഓടിവന്ന് മമ്മിയുടെ മാറിലേയ്ക്ക് പാഞ്ഞുകയറി. മമ്മിയുടെ കണ്ണുനീര് ആനിമോളുടെ കനം കുറഞ്ഞ മുടിയിഴകളിലൂടെ ഒഴുകി.

''മമ്മി ഇനി പോവരുതട്ടോ...''

ഒരു അപേക്ഷ പോലെ അവൾ മമ്മിയോട് പറഞ്ഞു.

മീതിയൻ മില്ലിനരികിൽ ഇരുന്നു പകൽ തീരുകയും രാത്രി ജനിക്കുകയുമായിരുന്നു. അപ്പോഴും ദേശീയ പാതയിലൂടെ വണ്ടികൾ ഒന്നും അറിയാതെ പാഞ്ഞുപൊയ്ക്കൊണ്ടിരുന്നു.

മീതിയൻ വീട്ടിലേയ്ക്ക് മടങ്ങി പോകുമ്പോൾ ആകാശത്ത് നക്ഷത്ര ങ്ങൾ പ്രത്യക്ഷപ്പെട്ടു തുടങ്ങിയിരുന്നു.

എറണാകുളം ജില്ലാ പഞ്ചായത്ത് സുവനീർ

എറണാകുളം ജില്ലാ പഞ്ചായത്ത് സുവനീർ 2011

ഗുണ്ടാ നിയമം

നേരം പരാപരാവെളുക്കുന്നതേയുള്ളൂ. ഒരു നിലവിളിയുടെ ശബ്ദം കേട്ടാണ് ലൂക്കോസ് ഞെട്ടിയുണർന്നത്. പലകകട്ടിലിൽ ഊരിക്കിടന്ന കള്ളിമുണ്ടെടുത്ത് വാരിചുറ്റി പുറത്തേയ്ക്കിറങ്ങി നോക്കുമ്പോൾ, ഇറച്ചി വാങ്ങാൻ വന്ന പലരും മുററം വഴി ചിതറിയോടുന്നു. അപ്പന്റെ കൂട്ടുകാരൻ രവിയേട്ടൻ ഒരു ഒടിഞ്ഞ കോടാലിയുമായി നിന്ന് വിറയ്ക്കുന്നു. അതോടെ കാര്യം ഏകദേശം പിടികിട്ടി. ഇന്ന് കറുത്ത വാവാണ്. വെട്ടാൻ കൊണ്ടുവന്ന പന്നി കയറി പൊട്ടിച്ച് രക്ഷപ്പെട്ടിരിക്കുന്നു.

അടുക്കളയിൽ തൂക്കിയിരുന്ന വലിയ പ്ലാസ്റ്റിക്ക് കയർ തോളിലേയ്ക്കടുത്തിട്ട്, തലയിൽ ചുവന്ന തോർത്ത് വട്ടം ചുറ്റി - പന്നിപോയവഴി ലക്ഷ്യമാക്കി ലൂക്കോസിന്റെ അപ്പൻ മത്തായി ഓടി. പോകുന്ന പോക്കിൽ മത്തായി വിളിച്ചു പറയുന്നുണ്ടായിരുന്നു.

''ആ കഴുവേറിയോട് പറഞ്ഞതാ അറിയാൻ മേലാത്ത പണിക്ക് നിക്കണ്ട്യാന്ന്...''

ആളുകൾ മത്തായിക്ക് പുറകെ ഓടി. റബ്ബർ തോട്ടത്തിലൂടെ ഒരു ചെറുസംഘം ശരവേഗത്തിൽ പാഞ്ഞ് മറയുന്നത് ലൂക്കോസ് കണ്ടു. പാടത്തേയ്ക്കാണ് പന്നി പോകാൻ സാധ്യത.

ലോ കോളേജിന്റെ വരാന്തയിൽ സുഹൃത്തിക്കളോടൊപ്പം നിൽക്കുമ്പോൾ പതിനൊന്നരമണിയോടു കൂടി ലൂക്കോസിന്റെ വാട്സപ്പ് സെൽഫോണിലേക്ക് സഹോദരി ലൂസി മത്തായിയുടെ മെസേജ് വന്നു.

' ഇച്ചായാ പന്നിയെ കിട്ടി..കരിങ്ങാലി പാടത്തെ ചെളിക്കുണ്ടിലിട്ട് അപ്പച്ചനതിനെ പിടിച്ചു..'

വൈകുന്നേരത്തെ അപ്പന്റേയും കൂട്ടുകാരുടേയും മദ്യസൽക്കാരത്തിൽ പറഞ്ഞു ചിരിക്കാൻ ഒരു കഥയായി ആ സംഭവം.

''ആദ്യത്തെ അടി വലിച്ചുകോട്ടിയ കമ്പി അയയിൽ കൊണ്ടു

രണ്ടാമത്തെ അടിക്ക് കോടാലിയുടെ കയ്യൊടിഞ്ഞു, അതോടെ ഞാനാകെ തകർന്നുപോയി മാഷെ...''

രവിയേട്ടൻ മുറുക്കാൻ കറയുള്ള പല്ലുകാട്ടി നിഷ്കളങ്കമായി ചിരിച്ചു.

''ദേ എന്നെ കൊണ്ടൊന്നും പറയിപ്പിക്കരുത്. പിള്ളാര് നിൽക്കുന്നെന്നൊന്നും ഞാൻ നോക്കൂകേല...''

മത്തായി പകർന്നുവെച്ച മദ്യമെടുത്ത് വായിലേക്ക് കമഴ്ത്തി കൊണ്ടു പറഞ്ഞു.

''വിട് മത്തായി, മനുഷ്യനായാൽ അബദ്ധങ്ങള് പറ്റത്തില്ലായോ?''

വേലായുധൻ മാഷ് മത്തായിയെ സമാധാനിപ്പിച്ചു.

അപ്പച്ചന്റെയും കൂട്ടുകാരുടേയും മദ്യസൽക്കാരത്തിന്റെ രസം കണ്ടു കൊണ്ട് ഇറയത്തെ ഇളം തിണ്ണയിൽ ഇരിക്കുകയാണ് ലൂക്കോസ്.

''മത്തായീ ഒരെണ്ണം ഒഴിച്ച് ചെക്കനും കൊടുക്കടാ, അവനിരുന്ന് വെള്ളമിറുമ്പുന്നത് കണ്ടില്ലേ....?''

രവി ലൂക്കോസിന്റെ ഇരുപ്പ് കണ്ട് ഒരു ശുപാർശ നടത്തി.

''ഏയ് അവനിതൊന്നും കഴിക്കത്തില്ല. കഴിക്കാൻ ഞാൻ സമ്മതിക്കുകേലാ. അവർക്ക് ഇറച്ചീം മീനുമൊക്കെ കൂട്ടി ഒരുശാപ്പാട്...അതാണ് അവരുടെ സന്തോഷം...?

വേലായുധൻ മാഷ് വാത്സല്യത്തോടെ ലൂക്കോസിനെ നോക്കി.

''നിയമ പഠനം എപ്പോ എത്രാമത്തെ വർഷം?''

''മൂന്നാം വർഷം....''

''എന്നാ, ഞാനൊരു ചോദ്യം ചോദിക്കട്ടെ...ഈ 'പ്രൊഹിബിഷൻ' എന്നു പറഞ്ഞാൽ എന്നതാ?''

വേലായുധൻ മാഷ് അധ്യാപകനായി മാറി.

ലൂക്കോസ് ചെവിയിൽ നിന്നും സെൽഫോണിന്റെ ഹെഡ്സെറ്റ് ഊരിക്കൊണ്ട് ഒരനുസരണയുള്ള കുട്ടിയെപ്പോലെ പറഞ്ഞു.

''കീഴ്ക്കോടതികളുടെ പരിഗണനയിലിരിക്കുന്ന ഒരു കാര്യം. അവരുടെ അധികാരപരിധിക്ക് പുറത്താണെന്ന് മേൽക്കോടതികൾക്ക് അതായത് സുപ്രീം കോടതിക്കും, ഹൈക്കോടതിക്കും ബോധ്യപ്പെടുകയാണെങ്കിൽ കീഴ്ക്കോടതികളെ അതിൽ നിന്നും വിലക്കിക്കൊണ്ടുള്ള കൽപ്പനയാണ്. 'പ്രോഹിബിഷൻ' ഇത് കോടതികൾക്കും ട്രിബ്യൂണലുകൾക്കും എതിരെ പ്രയോഗിക്കപ്പെടുന്ന റിട്ടാണ്.''

''മതി...മതി മിടുക്കൻ.''

വേലായുധൻ മാഷ് സ്ക്കൂളിലെ മിടുക്കന്മാരായ വിദ്യാർത്ഥികളോട് പറയുന്ന സന്തോഷത്തോടെ അഭിനന്ദിച്ചു.

മത്തായിക്ക് തന്റെ മകനിൽ അഭിമാനം തോന്നിയ നിമിഷമായിരുന്നു അത്. മുന്നിലിരുന്ന റോസ്റ്റുകപ്പലണ്ടിയുടെ പ്ലേറ്റ് വേലായുധൻ മാഷിനടുത്തേയ്ക്ക നീക്കി വച്ചുകൊണ്ട് മത്തായി പറഞ്ഞു.

''കേട്ടോ മാഷേ...ഇവന്റെ അമ്മ അന്നക്കുഞ്ഞിനെ ഇരുപത്തിനാലു വർഷം മുമ്പ് ഞാൻ വിളിച്ചിറിക്കിക്കൊണ്ട് പോരുമ്പോ. ഞാൻ കാശാപ്പുകാരൻ ഹൈദ്രൂന്റെ കടേലെ സഹായിയാ...എനിക്കന്ന് കൂലി അഞ്ചു

രൂപ...അവരുടെ കുടുംബം പുരാതന പ്രമാണിമാരുടേത്. അവള്ടെ ഒരാങ്ങള്...എസ്.ഐ, ഒരാള് പോസ്റ്റുമാസ്റ്റർ, മക്കള് വിക്കീലൻമാർ, എന്തു ചെയ്യാൻ കൂടെ കുറേ ചടമ്പിമാര്, അറിയാലോ പുകില്, വണ്ടിതാവ ളത്തിന് മീൻ ചന്ത വരെ വലിച്ചിഴച്ച് പൊതിരെ തല്ലി. അവസാനം കെട്ടിയിട്ട് തീവെയ്ക്കാൻ കൊള്ളി ഒര്യ്ക്കുമ്പോ ഒരു കൊടുങ്കാറ്റ് കണക്ക് ഓടിവരുന്നു. എന്റെ അന്നക്കുഞ്ഞ്. ഇപ്പോഴും മറക്കാൻ പറ്റുന്നില്ല ആ കാഴ്ച. ബൂട്ടിന്റെ ചവിട്ടേറ്റ് ചോരതുപ്പിയ എന്നെ താങ്ങി പിടിച്ച് അവള് പറഞ്ഞു. എന്റെ വയറ്റീ വളരണക്കുഞ്ഞിന് അപ്പനില്ലാണ്ടക്കരുതെന്ന്. അവള് ഗർഭിണിയാണെന്നറിഞ്ഞപ്പോൾ അവ രൊന്നയഞ്ഞു. അൽപ്പം പ്രാണൻ മാത്രം ബാക്ക് തന്ന് അവര് പോയി. അന്നു മുതല് മനസികേറീയ ഒരു കനലാ' മക്കൾക്ക് നല്ല വിദ്യാഭ്യാസം കൊടുക്കണോന്ന്...''

ഓർമ്മകളുടെ അയവിറക്കലിൽ മത്തായി വല്ലാതെ കിതച്ചു പോയി. അയാൾ തുറന്നിരുന്ന സോഡയെടുത്ത് ചുണ്ടു നനച്ചു.

കാലിയായ 'റം' കുപ്പിയിലേക്ക് രവിയൊരു തീപ്പെട്ടിക്കൊള്ളി ഉരച്ച് ഇട്ടു. അതൊരു നീല തീയോടെ കുപ്പിക്കുള്ളിൽ പുകഞ്ഞു.

''ഇറച്ചി വാങ്ങാനും തിന്നാനുമൊക്കെ ആളുകൾക്ക് താൽപ്പര്യാ എന്നാൽ കശാപ്പുകാരനെ ജനങ്ങൾക്ക് ഒരു വെറുപ്പാ, അല്ലെങ്കിൽ ഭയം, ചിലർക്ക് പരിഹാസം. മടുത്തു തുടങ്ങി. ഇവനൊരു കരയ്ക്കെത്തീട്ടു വേണം ഇതൊക്കെയൊന്നു നിറുത്താൻ...''

നിറഞ്ഞ കണ്ണുകളോടെ മത്തായി മകൻ ലൂക്കോസിനെ നോക്കി. അപ്പച്ചന്റെ കണ്ണുകളിൽ വെട്ടാൻ നിറുത്തിയ പോത്തുകളുടെ കണ്ണിലെ പരിഭ്രമം ലൂക്കോസ് കണ്ടു.

ഫ്ളാറ്റുകൾ കുണുപോലെ വളർന്നു പൊങ്ങിയപ്പോഴാണ് മത്തായി ലൂക്കോസിനൊരു സെക്കൻഡ് ഹാന്റ് ടൂവീലർ വാങ്ങിക്കൊടുത്തത്. ഫ്ളാറ്റുകളിൽ നിന്നും ഇറച്ചിയുടെ ഓർഡർ മത്തായിയുടെ മൊബൈ ലിലേക്ക് വരും, മത്തായി അവയെല്ലാം തൂക്കി പായ്ക്ക് ചെയ്ത് ടൂവീലറിന്റെ പുറകിൽ പെട്ടിയിലാക്കി കെട്ടിവയ്ക്കും. ക്ലാസ് കഴിഞ്ഞ് വരുന്ന ലൂക്കോസ് അവ ആവശ്യക്കാരനെടുത്തെത്തിക്കും തിക്കും, ആളുകളുടെ നിർബന്ധം കൊണ്ട് മത്തായി ഇറച്ചിക്കോഴിയുടെ വിൽപ്പനയും തുടങ്ങി. ഇങ്ങനെ വീടുകളിലെത്തിക്കുന്ന ഇറച്ചിക്ക് കി ലോയ്ക്ക് പതിനഞ്ച് രൂപ കൂടുതൽ വാങ്ങും. ഇങ്ങനെ കിട്ടുന്ന കാശ് കൊണ്ട് ലൂക്കോസ് നിയമപുസ്തകങ്ങൾ വാങ്ങിക്കും.

'റോസ് വില്ലാ' ഫ്ളാറ്റിൽ തുടർച്ചയായി ഇറച്ചി ഓർഡർ ചെയ്യുന്ന സ്ത്രീയാണ് ജയമ്മ. അവരുടെ യഥാർത്ഥ പേര് 'ജയമ്മ' എന്നല്ലന്ന് ലൂക്കോസിന് ഉറപ്പുണ്ടായിരുന്നു. ചില മലയാള്, തമിഴ് സിനിമകളിൽ തല കാണിച്ചിട്ടുണ്ടാവർ. അവരുടെ മട്ടുംഭാവവും ഒരു പകുതി തമിഴത്തിയെ സ്മരിപ്പിക്കും വിധമാണ്. ഒരു നിഗൂഢസൗന്ദര്യം അവർക്കുണ്ട്. നഗരത്തിലെ ലൈംഗിക തൊഴിലാളികളുടെ ജില്ലാ നേതാവാണ് ജയമ്മ. അതറിഞ്ഞു മുതൽ ലൂക്കോസ് അവരിൽ നിന്നും

അൽപ്പം അകലം പാലിച്ചു തുടങ്ങി. ലൂക്കോസിന്റെ സത്യസന്ധതയും പെരുമാറ്റവുമെല്ലാം ജയമ്മയ്ക്ക് വളരെ ഇഷ്ടമാണ്.

‘‘എടാ ലൂക്കോസെ, നീയിങ്ങനെ കോഴിയിറച്ചീം, തൂക്കി ലൂണേല് തേരാ പാരാ നടന്നീട്ട് വല്ല കാര്യവുമുണ്ടോ?’’

കണ്ണാടിക്ക് മുന്നിൽ നിന്ന് ചുണ്ടിൽ ചുവന്ന ചായം ഭംഗിയായി തേച്ച് പിടിപ്പിച്ചുകൊണ്ട് ജയമ്മ ചോദിച്ചു.

‘പിന്നെ താനെന്തു വേണം’ എന്ന ഭാവത്തോടെ ലൂക്കോസ് കണ്ണാടിയുടെ ഫ്രെയിമിലേക്ക് കയറി നിന്നു.

‘‘നിനക്ക് ഞാനൊരാളെ പരിചയപ്പെടുത്തിതരാം. ഒരു ഉണ്ണിക്കോയയെ, ആള് നിന്നെ രക്ഷപ്പെടുത്തും.’’

ആ പേര് കേട്ടപ്പാഴെ ലൂക്കോസിന്റെ കാല് വിറച്ചു പോയി. ലോ കോളേജിലെ പിള്ളാര് പറഞ്ഞ ഭീകര കഥയിലെ നായകനാണ് ഈ ഉണ്ണിക്കോയ. കൊച്ചിയിലെ ക്വട്ടേഷൻ ഗ്യാങ്ങുകളുടെ തലവൻ. നഗരത്തിൽ നാല് സിറ്റി സർവ്വീസ് ബസുകൾ, ടാങ്കർ ലോറികൾ, പെന്റാ മേനകയിൽ രണ്ട് മൊബൈൽ ഷോപ്പുകൾ ഇതെല്ലാം ചോരപ്പണിക്കൊണ്ട് നേടിയതാണ് ഉണ്ണിക്കോയ. ഒരു കൊലക്കേസിൽ ആളിപ്പോ അകത്താണ്.

ലൂക്കോസിന്റെ ഞെട്ടലു കണ്ട് ജയമ്മയ്ക്ക് ചിരി വന്നു.

‘‘നീ ഭയന്നു പോയോ ഉണ്ണിക്കോയ എന്നു കേട്ടപ്പോ? കോളേജിൽ പഠിക്കുന്ന കാലത്ത് തവളയെ കീറാൻ ഭയമായതുകൊണ്ട് പഠിപ്പ് നിറുത്തിയതാ ഈ ഉണ്ണിക്കോയ. ഒരു തീയറ്റർ ഉടമയ്ക്ക് വേണ്ടി ഒരു കൊലക്കേസേറ്റ് ജയിലിൽപ്പോയി. പിന്നെ പുറത്തിറക്കിയത് ഒരൊന്നൊന്നര ഉണ്ണിക്കോയയാ....ആൾക്ക് ന്താപ്പെ ആസ്തീന്ന് അറിയ്യോ നിനക്ക്? അയാള് പ്രൊഡ്രൂസ് ചെയ്യണ പടത്തിന്റെ പൂജയാ ഇന്ന് ഹോട്ടൽ ഗ്രാന്റിൽ...പേടിക്കണ്ടാ ബിനാമിയാ. നീ വരുന്നോ? അഭിനയത്തിൽ താൽപ്പര്യമുണ്ടെങ്കിൽ ഒരു റോള് വാങ്ങിതരാം ഈ ജയമ്മ.’’

ഒരു മായ ലോകത്തിലെന്നപോലെ നിൽക്കുകയാണ് ലൂക്കോസ്

‘‘ഇല്ല്യാ.’’

അവൻ വിയർപ്പ് തുടച്ച് ജയമ്മയെ അമ്പരപ്പോടെ നോക്കി.

‘‘ഇന്നാ ഇറച്ചീടെ കാശ് പിടിക്ക്, പിന്നെ നിനക്കെപ്പോ പണത്തിനാവശ്യം വന്നാലും എന്നോട് ചോദിക്കാൻ മടിക്കണ്ടാ. ഉണ്ണിക്കോയയോടെ കാര്യം നീ ആലോചിച്ച് പയ്യെ പറഞ്ഞാൽ മതി.’’

ലൂക്കോസ് ഒന്നും മിണ്ടിയില്ല.

ലിഫ്റ്റിലൂടെ താഴേയ്ക്കിറങ്ങുമ്പോ ജയമ്മ പറഞ്ഞു.

‘‘കുട്ടീ നീ, ന്റെ കാര്യം തന്നെയിടുക്ക്. ഉടുതുണിക്ക് മറുതുണിയില്ലാതെ മദിരാശി വഴി ചാൻസ് ചോദിച്ച് തെണ്ടി നടന്നവളാ ഞാൻ. ഒരു ചായ കുടിക്കണമെങ്കിൽ ചില പന്നകളെ മുട്ടിയുരുമ്മി നിൽക്കണം. ഇപ്പൊ കണ്ടോ കൊച്ചീടെ ഹൃദയത്തിൽ തന്നെ രണ്ട് ഫ്ളാറ്റ്. മൂന്ന് കാറുകൾ കിൻഫ്രയിൽ കിടന്ന് ഓടുന്നു. പൊറത്തു പറയാൻ പറ്റി

ലുങ്കിലും ഒരു സംഘടനയുടെ ജില്ലാ സെക്രട്ടറി. ആദർശോം പറഞ്ഞോണ്ട് നടന്ന് എനിക്ക് സ്വപ്നം കാണാൻ കഴിയ്യോ ഇതൊക്കെ?

നഗരതിരക്കിലൂടെ തന്റെ പഴയ ബൈക്കിൽ തിരികെ പോരുമ്പോൾ ലൂക്കോസ് കണ്ടു. തലയുയർത്തിനിൽക്കുന്ന ഫ്ളാറ്റുകൾ, ഷോപ്പിംഗ് മാളുകൾ, വിലപ്പിടിപ്പുള്ള വാഹനങ്ങൾ. അവയിലെല്ലാം, കണ്ണീരിന്റേയും ചോരയുടേയും കറകൾ, വാഹനങ്ങളുടെ നിറുത്താതെയുള്ള ഹോണടിയിൽ ആരുടെയൊക്കെയോ നിലവിളികളും ശാപവാക്കുകളും മുങ്ങിത്താഴ്ന്നു പോകുന്നു. എല്ലാം തന്റെ തോന്നലുകളായിരിക്കും. 'കൊച്ചി പഴയ കൊച്ചിയല്ല' എന്ന സിനിമാഡയലോഗ് ഓർത്തുക്കൊണ്ട് ലൂക്കോസ് വീട്ടിലെത്തി.

വാതിൽതുള്ളിത്തുറന്ന് അകത്ത് കയറുമ്പൊ അമ്മ തലയിൽ ഒരു വെളുത്ത തുണി ഇട്ടുകൊണ്ട് ബൈബിൾ വായിക്കുന്നു. ഇന്ന് ബുധനാഴ്ചയാണ് ഉപവാസത്തിന്റെ ദിനം. ലൂക്കോസ് മനസിലോർത്തു.

അത്താഴം കഴിക്കുന്നതിനിടയിൽ സഹോദരി ലൂസിയുടെ ബി.എസ്.സി. നേഴ്സിംഗ് ഫീസിനുള്ള ഒരു ലക്ഷം രൂപ എങ്ങനെ കണ്ടെത്തും എന്നോർത്ത് അപ്പൻ വ്യാകുലപ്പെടുന്നത് ലൂക്കോസ് കണ്ടു. അമ്പതിനായിരത്തിന്റെ ചിട്ടി നാൽപ്പത്തിരണ്ടായിരം രൂപയ്ക്ക് വിളിച്ചെടുക്കേണ്ടിവന്നതിന്റെ ദേഷ്യം അപ്പൻ ആരെയൊക്കെയോ തെറി പറഞ്ഞ് തീർത്തു.

ഊണ് കഴിഞ്ഞ് കൈകഴുകുമ്പോൾ സെൽ ഫോണിൽ- വൈശാഖസന്ധ്യ....എന്ന ഗാനം ഉയരുന്നത് ലൂക്കോസറിഞ്ഞു. ജയമ്മയാണ്. ഇറച്ചിക്കുള്ള ഓർഡറിനായിരിക്കും.

''ഹലോ...?''

''ലൂക്കോസെ നിന്റെ കാര്യം ഉണ്ണിക്കോയയോട് പറഞ്ഞിട്ടുണ്ട്. നിന്നെ കാണാനിരിക്കുവാ പുള്ളി, പിന്നെ നാളെ നിനക്കൊരു ഡ്യൂട്ടി പറഞ്ഞിട്ട്ണ്ട്. പോവാൻ പറ്റോന്ന് ചോദിക്കാൻ പറഞ്ഞു.''

''എന്ത് ഡ്യൂട്ടി...?''

''നിന്നോട് തുറന്നു പറഞ്ഞേക്കാം...നെടുമ്പാശ്ശേരില് കുറേ പണം വരും. അത് കോഴിക്കോട് വരെ എത്തിക്കുന്ന വാഹനത്തിന് എസ്കോർട് പോകണം, വേറെ ആളുകളുമുണ്ടാകും. എത്തിച്ചാൽ നീ ചോദിക്കണെ കാശ് തരും..''

ലൂക്കോസ് വല്ലാതെ അസ്വസ്ഥനായി.

''ഇല്ല. ഞാനില്ല ജയമ്മേ...എനിക്കതിനൊന്നും കഴിയില്ല. എന്നെ വിളിക്കണ്ട.''

''അതൊക്കെ നിന്റെ തോന്നലാ കൊച്ചേ...ഇതൊക്കെ നമ്മുടെ നാട്ടിലെ ഒരു സേവനാരംഗാ. പോലീസുകാര് വരെ ജോലിയുപേക്ഷിച്ച് ഇപ്പോ നമ്മുടെ കൂടെയുണ്ട്. എല്ലാക്കാര്യവും നീതിയിൽ നടപ്പാക്കണം എന്ന് വാശിപ്പിടിച്ചിട്ട് കാര്യമില്ലല്ലോ. എല്ലാത്തിനും പണം വേണം പണം...എന്താ ശരിയല്ലേ?''

ലൂക്കോസ് ഫോൺ കട്ടു ചെയ്യാൻ ശ്രമിക്കുന്നത് ജയമ്മ തിരിച്ചറി

ഞ്ഞു.

''ഞാനിതെല്ലാം പറഞ്ഞന്നേയുള്ളൂ. ഒരാവശ്യം വന്നാ ഈ ജയമ്മയെ മറക്കണ്ട. നാളെ രാവിലെ എനിക്ക് രണ്ട് കിലോ ലിവറ് വേണം അപ്പച്ചനോട് പറഞ്ഞേക്ക്..''

ലൂക്കോസ് ഒരു മൂളലോടെ ഫോൺ കട്ടുചെയ്തു.

രാത്രിയിൽ ഉറങ്ങാൻ കിടക്കുമ്പോൾ ജയമ്മയുടെ വാക്കുകൾ ഒരൊച്ചിനെപ്പോലെ ലൂക്കോസിന്റെ മനസ്സിൽ വെറുപ്പിക്കുന്ന തണുപ്പോടെ ഇഴഞ്ഞു നടന്നു.

ശ്രീധർ തീയറ്ററിൽ ഒരു ഇംഗ്ലീഷ് ചിത്രത്തി ടിക്കറ്റെടുക്കാൻ നിൽക്കുമ്പോൾ ലൂക്കോസിന്റെ സുഹൃത്ത് അവനോട് പറഞ്ഞു.

''അവര് പറഞ്ഞതിലും കുറേയൊക്കെ കാര്യമുണ്ടെടാ, പോലീസുകാർക്ക് ചെയ്തു കൊടുക്കാൻ പറ്റാത്ത പലതും ക്വട്ടേഷൻ ഗ്യാങ്ങുകൾ ചെയ്തു കൊടുക്കും. ആവശ്യക്കാരില്ലെങ്കിൽ ഇവരൊക്കെ അനുദിനം വർദ്ധിച്ചുവരുമോ? സമൂഹത്തിലെ വമ്പൻ പാർട്ടീസിന് ഇവരെക്കൊണ്ട് ആവശ്യമുണ്ട്. പലിശയ്ക്ക് കാശ് കൊടുത്ത തിരികെപിടിക്കാൻ, സി.സി. പിടിക്കാൻ, കുടുംബവൈരാഗ്യം തീർക്കാൻ, ബിസിനസിലെ പോരാട്ടത്തിന്...ഒക്കെ ഒഴിച്ചു കൂടാനാവാത്തവരാ...ഈ ഗ്യാങ്ങുകൾ...''

സിനിമ തുടങ്ങി അൽപ്പനേരം കഴിഞ്ഞപ്പോഴാണ് ലൂക്കോസിന്റെ മൊബൈലിൽ അപ്പച്ചന്റെ ഫോണിൽ നിന്നും ഒരു കോള് വന്നത്.

ഫോണിൽ അമ്മയുടെ വിറയാർന്ന ശബ്ദം –

''മോനെ അപ്പനെ പോത്ത് കുത്തിയെടാ നീ ആശുപത്രീലേക്ക് വരണം...''

ഫോൺ കട്ടായി. ലൂക്കോസ് തീയറ്ററിന് പുറത്തിറങ്ങി വീണ്ടും വിളിച്ചു. ഫോണെടുക്കുന്നില്ല. രവിയേട്ടനെ വിളിച്ചു.

''രവിയേട്ടാ അപ്പച്ചന്..''

''മോനെ, ഞങ്ങള് ആംബുലൻസിലാ ഇവിടുത്തെ ആശുപ്ത്രീല് എടുത്തില്ല. ഞങ്ങൾ മെഡിക്കൽ ട്രെസ്റ്റിലെത്താറായി. നീ അങ്ങോട്ട് പോരെ...''

ലൂക്കോസിന് തലചുറ്റുന്നതുപോലെ തോന്നി. തീയറ്ററിനകത്തെ ഇംഗ്ലീഷ് ഫിലിമിന്റെ കാതടിപ്പിക്കുന്ന ശബ്ദം ലോകാവസാനത്തിന്റെ ആരംഭം പോലെ.

മെഡിക്കൽ ട്രസ്റ്റിലെ ലിഫ്റ്റിലൂടെ സുഹൃത്തിനോടൊപ്പം മുകളിലേക്ക് പറക്കുമ്പോൾ, ഒരു പാട് പ്രാർത്ഥനകളും വഴിപാടുകളും മരുന്നിന്റെ മണത്തിനൊപ്പം ലൂക്കോസ് അഴിച്ചുവിട്ടു.

നടന്നുചെല്ലുമ്പോൾ ഓപ്പറേഷൻ തീയറ്ററിനു മുന്നിൽ അപ്പച്ചന്റെ സുഹൃത്തുക്കൾ

''മാഷെ...?''

''വിഷമിക്കണ്ട..നട്ടെല്ലിന് കൊമ്പുകൊണ്ടൊരു വേട്ടേറ്റിട്ടുണ്ട്, നെഞ്ചത്ത് ഒരു കുത്തും. വിചാരിക്കാത്ത നേരത്ത് പുറകിൽ നിന്നായിരുന്നു ആക്രിമണം. ഒരു ഭ്രാന്തൻ പൊള്ളാച്ചി പോത്ത്..ഉടനൊരു ഓപ്പ

റേഷൻ വേണമെന്ന് പറഞ്ഞേക്കുന്നു. കൂടുതൽ കാര്യം ഇപ്പോ ഡോക്ടർ വരുമ്പോ അറിയാം...'' രവിയേട്ടൻ ലൂക്കോസിനെ മാറ്റി നിറുത്തിക്കൊണ്ട് പറഞ്ഞു.

''കാശ് ഇത്തിരി അധികം വേണം. ഇപ്പോ തന്നെ നാൽപ്പതിനായിരം കെട്ടണമെന്ന് പറഞ്ഞിട്ടുണ്ട്.''

ലൂക്കോസ് എന്തു ചെയ്യണമെന്നറിയാതെ കോറിഡോറിൽ നിരത്തിയിരിക്കുന്ന നീല നിറമുള്ള ഫൈബറിന്റെ കസേരയിൽ മുഖം പൊത്തിയിരുന്നു.

ആരുടേയോ തണുത്ത കൈമുഖം പിടിച്ചുയർത്തിയപ്പോഴാണ് ലൂക്കോസ് കണ്ണു തുറന്നത്. നോക്കുമ്പോൾ ഒരു വല്ലാത്ത ചിരിയുമായി ജയമ്മ മുന്നിൽ

''ഞാൻ വാണിയെന്ന കൂട്ടുകാരിയെ കാണാൻ വന്നതാ അപ്പോഴാ കാര്യമറിയുന്നത്. ബില്ല് ഞാനടിച്ചിട്ടുണ്ട്.''

ജയമ്മ ലതർ ബാഗ് തുറന്ന് ബില്ലും ആയരിത്തിന്റെ നോട്ടിന്റെ ഒരു ചെറിയ കെട്ടും എടുത്തു. ലൂക്കോസിന്റെ പച്ചവെള്ളം പോലിരുന്ന കയ്യിൽ അതുവച്ചു കൊടുത്തു.

അമ്പതിനായിരം രൂപണ്ട്. ഹോസ്പിറ്റലല്ലേ. ആവശ്യം എപ്പഴാ വരുന്നതെന്ന് പറയാൻ പറ്റില്ല.''

ആസൂത്രിതമായ ഒരു ചതിയുടെ ആവിഷ്ക്കാരമാണോ ഇതെന്ന് ലൂക്കോസ് ഭയന്ന് പോയി.

''കണക്കൊക്കെ പ്പിന്നെ പറയാം. ആദ്യം അപ്പച്ചൻ സുഖപ്രാപിക്കട്ടെ.'' ജയമ്മ ഒരു വിജയിയെപ്പോലെ നടന്നു പോയി.

അമ്മയും സഹോദരിയും ഒരു നിലവിളിയോടെ ഓടിവരുന്നത് ലൂക്കോസ് കണ്ടു. ലൂസിയുടെ കയ്യിലെ പ്ലാസ്റ്റിക്ക് കവിൽ തലേന്ന് പിടിച്ച ചിട്ടിപ്പണമുണ്ടായിരുന്നു. അവരെ ആശ്വസിപ്പിക്കാൻ ലൂക്കോസ് ശ്രമിച്ചില്ല.

ലൂക്കോസ് മെഡിക്കൽ ട്രെസ്റ്റിന്റെ മുകളിൽ നിന്നും താഴേയ്ക്കു നോക്കി ഒരു വേദനയും വകവച്ചു കൊടുക്കാതെ നഗരം ഒരു ദൃശ്യത്തിലെന്നവണ്ണം പാഞ്ഞുപോകുന്നു. ഇരുള് വീഴുന്തോറും ആരോ തീക്കൊള്ളി വേഗത്തിൽ കറക്കുന്നതുപോലെ നഗരവീഥികൾ മാറുന്നു. ചാലിട്ടൊഴുകുന്ന ഒരു രക്ത നിറം വേഗതയുടെ തെരുവിനെ മൂടുന്നു.

കോഴികളുടെ കഴുത്ത് മുറിച്ച് വേഗത്തിൽ നീലഡ്രംമ്മിലേക്ക് വലിച്ചെറിഞ്ഞുകൊണ്ടിരിക്കുകയാണ് ലൂക്കോസ്. അത് നോക്കിക്കൊണ്ട് ഒരു മരക്കസേരിയിൽ അപ്പൻ മത്തായി ഇരിക്കുന്നുണ്ട്. അയാൾക്കിനി പഴയതുപോലെ ജോലി ചെയ്യാനോ ഓടി നടക്കാനോ ഒന്നും കഴിയില്ല. ശക്തിയായി ബലം പ്രയോഗിച്ചാൽ അൽപ്പം നിരങ്ങി നിരങ്ങി നടക്കാം. സ്വന്തം കാര്യത്തിനുപോലും പരസഹായം വേണ്ട അവസ്ഥ. 'മിണ്ടാപ്രാണികളുടെ പ്രാക്കാണെന്ന്' ആളുകൾ പറഞ്ഞു നടക്കുന്നു.

ചോര ചീറ്റി തട്ടി പറക്കുന്ന വെളുത്ത കോഴികളെ ലൂക്കോസ് നിസ്സംഗതയോടെ നോക്കി. അപകടത്തിന്റെ അലാറം മുഴങ്ങുന്നതുപോലെ

ജയമ്മയുടെ കോൾ ലൂക്കോസിന്റെ മൊബൈലിനെ തേടിയെത്തി.

''ഇന്ന് വരും തീർച്ചയായും വരും.''

കോഴിയുടെ കഴുത്ത് മുറിച്ച കത്തിയിലെ ചോര വിരലുകൊണ്ട് വടിച്ചെടുത്ത് ഒരു ചിരിയോടെ അത് നിലത്തേയ്ക്ക് കുടഞ്ഞു കളഞ്ഞു ലൂക്കോസ്.

ജയമ്മയും ലൂക്കോസും ചെല്ലുമ്പോൾ ഉണ്ണക്കോയ ഒരു ചൂരൽ കസേരയിലിരുന്ന് മുറുക്കുകയാണ്.

''അനക്ക് ഇപ്പഴങ്കിലും വരാൻ തോന്നീയോ ലൂക്കേസെ.'' തന്റെ ഡ്യൂട്ടി നിർവ്വഹിച്ചതുപോലെ ജയമ്മ ഭവ്യതയോടെ മാറിനിന്നു.

''ഇയ്യ് ഭയക്കണമാതിരി ഒന്നൂല്ല്യാ ന്റെ ലൂക്കോസെ അനക്കറിയ്യോ ശരിക്കും കോയീനെ കൊല്ലണതിലും എളുപ്പാ മനുഷ്യരെ കൊല്ലാൻ... അല്ലേ ജയമ്മേ?''

ജയമ്മ ചിരിച്ചു.

ഒരു പിശാചിന്റെ തലവനെപ്പോലെ ഉണ്ണിക്കോയ വീണ്ടും കൽപ്പിച്ചു.

''ചോര കണ്ടാ വെറക്കരുത്. നീ വെറക്കില്ലാന്ന് എനിക്കറിയാം. ജീവന് വേണ്ടി ആളുകള് കരയണത് കേൾക്കാൻ ഒരു ആർത്തിണ്ടാവണം. അത് പയ്യെ ഉണ്ടായിക്കൊള്ളും. ഇന്ന് പിള്ളാരുടെ ഒപ്പം ഒരു ചെറിയ പണിയ്ക്ക് പോ. അനക്കതിന്റെ തഞ്ചോം തായോം പിടികിട്ടും...ന്താ?

ലൂക്കോസ് തലകുലുക്കി.

പേര് ആനന്ദ്. ആളൊരു ഫുട്ബോൾ കളിക്കാരനാണ്. പോർട്ട് ട്രസ്റ്റിലാണ്ജോലി. തേവരയിലെ ഒരു ജിമ്മിൽ കക്ഷി എന്നും സന്ധ്യയ്ക്ക് വരും. തിരിച്ചുപോണത് രാത്രി ഒമ്പത് മണിയാവും. ആനന്ദിനി ഫുട്ബോൾ കളിക്കരുത്. ജ്വല്ലറി ഉടമ ശിവറാമിന്റെ മകൾ അനുവിനെ പ്രണയിക്കരുത്, ജീവനെടുക്കരുത് അതിനുള്ള പണം തന്നിട്ടില്ല.

കനത്ത മഴ പെയ്യുന്ന ആ രാത്രിയിൽ പേരറിയില്ലാതെ കുറച്ച് ഗുണ്ടകളും ലൂക്കോസും ചേർന്ന് ഒരു ടവേരയിൽ തേവരപ്പാലത്തിൽ കാത്തുനിന്നു. ഇരയ്ക്ക് വേണ്ടി കാത്തുനിൽക്കുന്ന വന്യമൃഗത്തെപ്പോലെയാണ് ചിലരുടെ പെരുമാറ്റം. കായലിൽ മഴ പെയ്തു നിറയുകയാണ്. നങ്കുരമിട്ട കപ്പലുകളുടെ വെളിച്ചത്തിൽ മഴത്തുള്ളികൾ ചാഞ്ഞുചരിഞ്ഞും പെയ്തുകൊണ്ടിരുന്നു.

വണ്ടിയിൽ രണ്ടുപേർ കഞ്ചാവ് തെറുത്ത് വലിച്ചു. വിലകുറഞ്ഞ് മദ്യത്തിന്റെ മണത്തിനൊപ്പം തല പെരുപ്പിക്കുന്ന പുകയും ചേർന്നതോടെ ലൂക്കോന് ഛർദ്ദിയ്ക്കാൻ തോന്നി.

ആനന്ദ് ഇന്ന് ഈ വഴിയ്ക്ക് വരരുതേയെന്ന് ലൂക്കോസ് ആത്മാർത്ഥമായി ആഗ്രഹിച്ചു.

എന്നാലും ഒരു ദുഃശ്ശകുനം പോലെ, കറുത്ത കോട്ട് ധരിച്ച്. എൻഫീൽഡ് ബൈക്കിൽ സ്പാനിഷ് നായകനെപ്പോലെ ആനന്ദ് വന്നു. മൊബൈലിൽ സിഗ്നൽ കോൾ.

ഒരു വെറപ്പിക്കുന്ന ശബ്ദത്തോടെ രണ്ടുപേർ ഡോർ തുറന്ന് ബൈക്ക്

തടഞ്ഞു. ഒരാൾ സൈക്കിൾ ചെയിൻ ഉപയോഗിച്ച് ആനന്ദിന്റെ കഴുത്തിൽ കുരുക്കിട്ടു. ആനന്ദ് രണ്ടുപേരെ ഇടിച്ച് വീഴ്ത്തുന്നത് വൈപ്പറിന്റെ ചലനത്തിനിടയിലൂടെ ലൂക്കോസ് കണ്ടു. വീണ്ടും രണ്ടുപേർക്കൂടി ഇറങ്ങി. കണ്ടുനിൽക്കാൻ പ്രയാസകരമായ ഒരു പോരാട്ടം അവിടെ നടന്നു.

രണ്ടുപേർ ആനന്ദിനെ വരിഞ്ഞുമുറുക്കി പിടിച്ചിരിക്കുകയാണ്. അവർ ലൂക്കോസിനെ വിളിച്ചു. അയാൾ വല്ലാത്ത ഭയത്തോടെ അവർക്കടുത്തേയ്ക്ക് ചെന്നു. അമർ സ്റ്റീലിന്റെ തിളങ്ങുന്ന വാളെടുത്ത് ലൂക്കോസിന്റെ കയ്യിൽ കൊടുത്ത് നടൻ വിനായകന്റെ രൂപത്തെ സ്മരിപ്പിക്കുന്ന ഒരുവൻ വിളിച്ചു പറഞ്ഞു.

''വെട്ട് ഭായ്....ഭായീനെ പണി പഠിപ്പിക്കാനാ ഇക്ക പറഞ്ഞേക്കണത്...''

ലൂക്കോസ് നിന്ന് കിടുകിടാ വിറച്ചു. കണ്ണടച്ച് പതുക്കെ വാള് വീശാൻ തുടങ്ങിയപ്പോൾ....വീണ്ടും ആരോവിളിച്ചു പറഞ്ഞു.

''മച്ചാനെ ഇവൻ പണിയണത് നോക്കിനിന്നാ എട്ടിന്റെ പണി നമുക്ക് കിട്ടും...''

അതു പറഞ്ഞ് തിരും മുമ്പ് ആനന്ദിന്റെ കരച്ചിൽ ആർത്തിരമ്പി കായലിലേക്ക് ഇറങ്ങിപ്പോയി. ചുവന്ന മഴ പാലത്തിൽ ഒഴുകി പടർന്നു.

വേഗത്തിൽ ഓടിച്ചു പോകുന്ന വാഹനത്തിലിരുന്ന് ലൂക്കോസ് മാത്രം വീണു കിടക്കുന്ന ആനന്ദിനെ തിരിഞ്ഞു നോക്കി. എന്നിട്ട് ഒച്ചയുണ്ടാക്കാതെ കരഞ്ഞു.

കൊച്ചിയിലെ കൊഴിഞ്ഞുവീഴുന്ന രാവുകളിലും പകലുകളിലും ലൂക്കോസ് മാറിക്കൊണ്ടിരുന്നു. സണ്ടേ ക്ലാസിൽ അവൻ പഠിച്ച കർത്താവ് തമ്പുരാന്റെ വചനം അവൻ സൗകര്യപൂർവ്വം മറന്നു.

വേഗതയും, പകയും, ചോരയും പണവും നിറയുന്ന നഗരജീവിത വഴികളിൽ അവനും പന്തയത്തിനിറങ്ങി. പാമ്പും കോണിയും കളത്തിലെ കട്ടമറിയുന്നതുപോലെ റോക്കറ്റുപോലെ മുകളിലേക്കും ചിലപ്പോ വെട്ടേറ്റതുപോലെ താഴേയ്ക്കും അവൻ ചാഞ്ചാടി കൊണ്ടിരുന്നു.

കൊച്ചിയിലും മറ്റ് വൻനഗരങ്ങളിലും ഈ കളിയിൽ തനിക്ക് എതിരാളികളുണ്ടെന്ന ബോധ്യം ലൂക്കോസിനെ ഹരം കൊള്ളിച്ചു.

ചിലർ പറഞ്ഞു – 'ജീവിക്കുകയാണെങ്കിലും ലൂക്കോസിനെപ്പോലെ ജീവിക്കണം എന്താ അവനൊരു കുറവ്. കൂടെ പഠിച്ച വക്കീലന്മാര് അവന്റെ പണിക്കാരാ..''

മറ്റുചിലർ പറഞ്ഞു: 'എന്ത് വിനയമുണ്ടായിരുന്ന പയ്യനാ... അവനെങ്ങനെയാ ഇങ്ങനെ നശിച്ചുപോയത്?

ഇന്ന് എന്തിനും ഏതിനും നഗരത്തിലെ നൊട്ടോറിയസ് ക്രമിനലുകളിലെ ഒന്നാമത്തെ പേരാണ് ലൂക്കോസിന്റേത്.

സഹോദരി ലൂസിയെ ആസ്ട്രേലിയയിൽ ഒരു ഡോക്ടർക്ക് ലക്ഷങ്ങൾ സ്ത്രീധനം കൊടുത്ത് വിവാഹം കഴിച്ചയച്ചു. പാലാരിവട്ടത്തെ രണ്ടുനിലവീട്ടിൽ. അപ്പൻ മത്തായിയെ നോക്കാൻ രണ്ട് ഹോംനഴ്സുമാർ, വീടുകാക്കാൻ അഞ്ചോളം കൂറ്റൻ നായകൾ

ലൂക്കോസിന്റെ അമ്മ എന്നും കരഞ്ഞു പറയും.

''മോനെ ഈ ക്കാശ് നമുക്ക് വേണ്ട. നമുക്കാ പഴയ വീട് മതി. ശാപം നമ്മുടെ തലയ്ക്ക് മീതെപെയ്യും. ഈ വലിയ വീട്ടിൽ ഒരു ദിവസം പോലും സ്വസ്ഥമായി ഉറങ്ങാൻ നമുക്ക് കഴിയില്ല.''

ഇത് കേട്ട് ലൂക്കോസ് ഉള്ളിൽ ചിരിക്കും. എന്നിട്ട് മനസിൽ പറയും.

''ജീവിതം ജയിക്കുന്നവന്റെമാത്രം കളിയാ, തോൽക്കുന്നവനിവിടെ റോളില്ല. എനിക്ക് ജയിച്ചേ മതിയാവൂ. ഡാർവിന്റെ പരിണാമസിദ്ധാന്തത്തിൽ പറയുന്നതുപോലെ 'അർഹതയുള്ളത് അതിജീവിക്കും അതിന് കഴിഞ്ഞില്ലെങ്കിൽ ഇല്ലാതായ്ക്കൊള്ളണം അതാ ഈ കളിയുടെ നിയമം.''

ആഴ്ചയിലൊരിക്കൽ ലൂസി സഹോദരനെ വിളിക്കും.

''ഇച്ചായാ അവിടുത്തെ ബിസിനസൊക്കെ മതിയാക്കി ആസ്ട്രേലിയയിലേക്ക് പോരണം. ഞാൻ വിസയ്ക്കുള്ള ഏർപ്പാടെല്ലാം ചെയ്തിട്ടുണ്ട്. ഇച്ചായന് പറ്റിയ ഒരു പെൺകുട്ടിയേയും ഞാനിവിടെ കണ്ടു വച്ചിട്ടുണ്ട്. എത്രയും വേഗത്തിൽ വരണം.''

''ആഗ്രഹമുണ്ട്. പക്ഷേ കഴിയില്ല മോളെ. ഒരു പാട് കണക്കുകൾ പറഞ്ഞ് തീർക്കാനുണ്ട്. കണക്ക് തുല്യമാക്കാൻ ചിലപ്പോ ജീവൻ കൊടുക്കേണ്ടി വരും ചിലപ്പോ ജീവൻ എടുക്കേണ്ടി വരും. അഴിക്കും തോറും മുറുക്കുന്ന വലിയ ഒരു വലയ്ക്കുള്ളിലായിപ്പോയി ഇച്ചായൻ. ഇടിമണലിൽ നിന്ന് യുദ്ധം ചെയ്യേണ്ടി വരുന്നവന്റെ ഭയം എന്നെ മൂടുന്നു.''

ലൂസിയുടെ ശബ്ദം വിതുമ്പുന്നത് ലൂക്കോസറിഞ്ഞു.

കൊച്ചിയിലെ ഒരു ഫ്ളാറ്റ്.

''പുതിയ കമ്മീഷണറ് ആകപ്പാടെ ഒരു പണിയാ, ഒരു രക്ഷയുമില്ല..''

''പുതിയ കുറേ പിള്ളാര് എറങ്ങീട്ട്ണ്ട് ഒരു പൊതി കഞ്ചാവിനും വേണ്ടി എത്രപേരെ വേണമെങ്കിലും കൊല്ലാൻ നടക്കണ പേ പിടിച്ചവൻമാര്. എക്കത്തിന്നും പ്ലസ്ടുവിന് പഠിക്കണപ്രായാ...''

''ലൂക്കോസേ...ഇനി പഴയതുപോലെ കൊച്ചീല് നമ്മുടെ കളി നടക്കത്തില്ല. വേറെ കളം നോക്കണം. പറ്റുമെങ്കിൽ കേരളം വിടണം.'' ലൂക്കോസ് തിരയില്ലാത്ത ഒരു പഴയ റിവോർവ്വവർ കയ്യിലിട്ടുകറക്കി.

''എല്ലാ സ്ഥലത്തും അവസ്ഥ ഇതു തന്നെയാ, മംഗലാപുരത്തും, ബാംഗ്ലൂരും ചെന്നൈയിലും, ബോംബെയിലുമൊക്കെ...പുതിയ നിയമം കൊണ്ടുവന്നിരിക്കുന്നു. പോരാത്തതിന് ഗ്രാമപ്രദേശങ്ങളിൽ പോലും ഗുണ്ടാസംഘങ്ങൾ ഇഷ്ടംപോലെ, ഇവിടുന്നുമാറിയ എല്ലാ അവൻമാരും ചെയ്യണത് നമ്മടെ തലേലോട്ട് വരും..''

''ഇവിടെ ഏതായാലും നിന്നു പിഴയ്ക്കാൻ പറ്റില്ല. ജയിലീന്ന് ഇക്ക വിളിച്ചിരുന്നു. മലപ്പുറംകാരൻ ഒരലിയുടെ നമ്പറ് തന്നിട്ട്ണ്ട്. വിളിക്കാൻ പറഞ്ഞു.

''വിളിക്ക്...''

രമേഷൻ മാറിപ്പോയി നിന്ന് വിളിച്ചു. അഞ്ച്മിനിറ്റിനു ശേഷം തിരി

കെ വന്നു.

''ഈ അലിയൊരു ഡോക്ടറാ...പേര് ഹരിദാസനായിരുന്നെന്ന് ഇക്ക പറത്തിയിട്ടുണ്ട്. പേര് മാറ്റിതാ...തീവ്രവാദമാണോന്നൊരു സംശയമുണ്ട്. വാഗമണ്ണിൽ വന്നാൽ നേരിട്ട് കാണാമെന്നു പറഞ്ഞു.''

കാലം എപ്പോഴും അങ്ങനെയാണ് ഒരു സിംഹാസനത്തിലും ഒരാളെ സ്ഥിരമായി ഇരുത്തുകയില്ല.' മതിയായാലും ഇല്ലെങ്കിലും കാലം മറിച്ചിടും. മാറ്റമില്ലാത്തമാറ്റത്തിന്റെ പുതിയ വേഷത്തിനും, ലാഭത്തിനുമായി ലൂക്കോസും കൂട്ടരും വാഗമണ്ണിലെത്തി.

ആത്മഹത്യാ മുനമ്പിന്റെ മുകളിലെ ചെരിഞ്ഞ് പോകുന്ന വലിയ കുന്നിന്റെ താഴെ പാറക്കല്ലിൽ അലി ഒരു ജീനിയസ്സിനെപ്പോലെ ഇരുന്നു. കോടമഞ്ഞ് ഇടയ്ക്കവരുടെ കാഴ്ച മൂടികളഞ്ഞു. അകലെക്കാണുന്ന കുരിശുമലചൂണ്ടി അലി പറഞ്ഞു.

''ദാ ആ കുരിശ് മല കണ്ടോ. അതൊരു വഴിയാണ്. സഹനത്തിന്റെ വഴി. സ്വയം ഏറ്റുവാങ്ങുന്ന ത്യാഗത്തിന്റെ വഴി. ആർക്കും ഇഷ്ടപെടാതിരിക്കാൻ കഴിയില്ലാത്തക്രിസ്തുവിന്റെ വഴി. സ്നേഹത്തിന്റെ പുഴയും, വേർപാടിന്റെ കനലും കൊണ്ടുനടന്നവൻ, പിന്നെയും പിന്നെയും വാത്സല്യത്തോടെ മുറിച്ചു നൽകുന്നവന്റെ വഴി. അതിലൂടെ ലക്ഷ്യത്തിലെന്താം. ആ വഴി വേണമെങ്കിൽ തിരഞ്ഞെടുക്കാം.''

മലയിടുക്കുകളിൽ തട്ടി പ്രതിധ്വനിച്ചുകൊണ്ട് ഒരു ബാങ്ക് വിളിയുടെ, മനസ്സിനെ ഈറനാക്കുന്ന ഒരു ധ്വനി മൊട്ടക്കുന്നുകൾക്ക് മീതെ ഒഴുകിപ്പരന്നു. അതുകേട്ട് അലി ചെറുതായി പുഞ്ചിരിച്ചു. എന്നിട്ട് കണ്ണടയൂരി അതിൽ വന്ന് പറ്റിയ മഞ്ഞിൽ തുള്ളികൾ തുടച്ചു. എന്നിട്ട് അവരോട് പറഞ്ഞു -

''അതൊരു വഴിയാണ് ശുദ്ധമായ പ്രാർത്ഥനയുടെ തെളിഞ്ഞവഴി തുറന്നിട്ടൊരു ജാലകം, ധ്യാനിക്കുവാനൊരു പുസ്തകം. പൂപ്പാത്രത്തിലെ പുത്തനിലകൾ, സ്നേഹിക്കുന്ന ഒരാളുടെ കരം ഇത്രയും മതി ജീവിതം പൂർണ്ണമാകാൻ എന്ന സത്യം തിരിച്ചറിഞ്ഞ വഴി. അതുവേണമെങ്കിൽ തിരഞ്ഞെടുക്കാം..''

ലൂക്കോസും കൂട്ടരും അയാളുടെ കണ്ണുകളിലെ ആത്മവിശ്വാസത്തിൽ കീഴ്പ്പെട്ടു നിന്നു.

''എന്റേത് ഒരു ആത്മീയ ലക്ഷ്യത്തിനു വേണ്ടിയുള്ള ഭൗതികപോരാട്ടമാണ്. വിശുദ്ധയുദ്ധമെന്നൊന്നും ഞാനതിനെ വിളിക്കുന്നില്ല. ചട്ടങ്ങൾ അണുവിട പാലിച്ചാൽ നഷ്ടപ്പെട്ട ജീവനൊഴികെ മറ്റെന്തും നിങ്ങൾക്ക് തരും...ആരെയും നിർബന്ധിക്കുന്നില്ല വഴികൾ തിരഞ്ഞെടുക്കുവാനുള്ള സ്വാതന്ത്ര്യം ഞാൻ നിങ്ങളിൽ നിന്നും കവരില്ല.''

കറുത്ത ഗ്ലാസിട്ട കാറിൽ താഴേയ്ക്കിറങ്ങുമ്പോൾ അലി വീണ്ടും ഓർമ്മിപ്പിച്ചു.

''ചോദ്യം ചെയ്യപ്പെടാനാകാത്ത അധികാരം എനിക്ക് നിങ്ങളിൽ ഉണ്ടാകും. എനിക്ക് മുകളിൽ അനേകരുണ്ട്. എന്ന് നിങ്ങളിലാരെങ്കിലും എന്നെ ചോദ്യം ചെയ്യുന്നുവോ അന്ന് തീരണം ഈ ബന്ധം.''

മലയടിവാരങ്ങളിൽ ഇരുട്ട് വന്ന് രാപാർക്കുന്നത് അവർ കണ്ടു.

കൊച്ചിയിലെ മഴയുള്ള ഒരു ദിവസം.

അന്നാണ് ആനന്ദ് വീൽചെയർ വിട്ട് ആദ്യമായി നടന്നത്. അയാളുടെ കണ്ണുകൾ നിറഞ്ഞൊഴുകി. ഒരു കുഞ്ഞിനെപ്പോലെ വേച്ചുവേച്ചു നടക്കുന്ന അയാളെ താങ്ങി അയാളുടെ പ്രിയഭാര്യ, ജ്വല്ലറി ഉടമ ശിവറാമിന്റെ മകൾ അനുവുമുണ്ടായിരുന്നു. അവരിരുവരും കരഞ്ഞു. ഇറയത്തെ മാർബിൾ നടകളിറങ്ങി മുറ്റത്തെ പുല്ലിലേക്കവൾ ചെന്നു. മഴയിൽ അവർ പരസ്പരം ചേർന്ന് നടന്നു. പെട്ടെന്ന് ആനന്ദിന്റെ കാലിടറിപ്പോയി. അനു അയാളെ താങ്ങിപ്പിടിച്ചു. ആനന്ദ് ഒരു ചിരിയോടെ അവളെ നെഞ്ചോട് ചേർത്തു. അവർക്കു മാത്രെ ഒരു പ്രാർത്ഥന പോലെ മഴ പെയ്ത് കൊണ്ടിരുന്നു. ബാൽക്കണിയിലിരുന്ന് ആനന്ദിന്റെ അമ്മ കണ്ണുനീർ തുടച്ചു.

ഉച്ചകഴിഞ്ഞിട്ടും മഴ നിലയ്ക്കുന്നില്ല. ആകാശം വീണ്ടു കറുക്കുകയാണ് പ്രകൃതി കലിത്തുള്ളുന്നു. അപ്പോഴേയ്ക്കും എല്ലാ ടെലിവിഷൻ ചാനലുകളിലും ഒരു ഫ്ളാഷ് ന്യൂസ് എഴുതി കൊണ്ടിരുന്നു.

‘‘....പാക്കിസ്ഥാനിലേക്ക് കടക്കാൻ ശ്രമിക്കുന്നതിനിടയിൽ അതിർത്തിയിൽ സൈന്യവുമായുണ്ടായ ഏറ്റുമുട്ടലിൽ ഭീകരർ എന്നു സംശയിക്കുന്ന നാലുയുവാക്കൾ കൊല്ലപ്പെട്ടു. മരിച്ചവരിൽ മലയാളിയായ ‘ലൂക്കോസ്’ എന്ന യുവാവും ഉൾപ്പെടുന്നു.’’

മരക്കസേരയിൽ ഒരു രോഗിയെപ്പോലെ ലൂക്കോസിന്റെ അപ്പൻ മത്തായി ഇരിക്കുന്നുണ്ടായിരുന്നു. അയാളുടെ വെളുത്ത് നരച്ച താടിയിൽ കണ്ണുനീരൊഴുകി താണുപോയി.

കയറി വന്ന പോലീസുകാരന്റെ മുന്നിൽ കൈകൾ കൂപ്പിക്കൊണ്ട് ലൂക്കോസിന്റെ അമ്മ കരഞ്ഞു.

‘‘ഏമാനേ, എനിക്കവനെ കാണണ്ട. രാജ്യദ്രോഹിയായ എന്റെ മകനെ കാണണ്ട...എന്റെ ദൈവമേ...ശാപം അവന്റെ മേൽ പെയ്തല്ലോ?’’ അവരെ ചേർത്ത് പിടിച്ചാശ്വസിപ്പിക്കുന്നുണ്ടായിരുന്നു. ഫാദർ ബോബിജോസ്.

ആളുകൾ ചെറുസംഘങ്ങളായി മുറ്റത്ത് നിലയുറപ്പിച്ചിരുന്നു. പോലീസ് ഉദ്യോഗസ്തൻ ഫാദറിനെ വിളിച്ചു.

‘‘ഫാദർ – ഫോട്ടോയും.. കുറച്ച് സാധനങ്ങളും അയച്ചുകിട്ടിയിട്ടുണ്ട്. അതൊന്ന് തിരിച്ചറിഞ്ഞ് സൈൻ ചെയ്തുതരണം. അപ്പനോ അമ്മയോ സഹോദരിയോ ആരെങ്കിലും..’’

‘‘സഹോദരി ഓസ്ട്രേലിയയിലാണ്. മാതാപിതാക്കളെ കൊണ്ട് ഈ അവസ്ഥയിൽ..ഞാൻ ഒപ്പിട്ടുതന്നാൽ മതിയാവുമോ, വികാരിയാണ്...’’

‘‘ഓക്കെ.’’

‘‘ബോഡി കിട്ടാൻ സാധ്യത വല്ലതും ഉണ്ടോ സാർ...?’’

ഫാദർ സൈൻ ചെയ്ത പേപ്പർ നൽകികൊണ്ടു ചോദിച്ചു.

‘‘കിട്ടിയാ തന്നെ എന്തു ചെയ്യാനാ തെമ്മടിക്കുഴിയിലടക്കാനോ?’’

പോലീസുകാരൻ പരിഹാസത്തോടെ പേപ്പർ വാങ്ങി.

''തെമ്മാടിക്കുഴിയൊന്നും ഇപ്പൊ ഇല്ലാസാർ, സൂര്യന് കീഴെ പൊറുക്കാൻ പറ്റാത്ത തെറ്റൊന്നും ഇല്ലന്ന് വിശ്വസിക്കുന്ന ഒരാളാണ് ഞാൻ. ഏതൊക്കെ ഇരുൾ വഴിതാണ്ടിവേണം ഈ കൊച്ചുജന്മത്തിൽ ഒരു പാവം മനുഷ്യന് ഇടറിയിടറി നടക്കേണ്ടി വരിക. അജ്ഞതയുടെ, അവിശ്വാസത്തിന്റെ, അഹംബോധത്തിന്റെ എത്ര ഇരുൾവഴികൾ. വഴികൾ തിരഞ്ഞെടുക്കുന്നതിൽ അവന്റെ ചുറ്റുപാടുകളും സ്വാധീനിക്കുമെന്ന് ഞാൻ വിശ്വസിക്കുന്നു. ലൂക്കോസ് തെറ്റുകാരനാണെന്ന് സമ്മതിക്കുന്നു. എന്നാൽ മരണത്തിന് തൊട്ട് മുമ്പെങ്കിലും അയാൾ പശ്ചാത്തപിച്ചിലല്ലെന്ന് പറയാൻ കഴിയില്ല. മുടിയനായ പുത്രനെപ്പോലെ നാശത്തിന്റെ പടുകുഴിയിൽ വച്ചെങ്കിലും അവൻ പരമകാരുണ്യവാനായ ദൈവത്തിന്റെ സ്നേഹം തിരിച്ചറിഞ്ഞു കാണും തീർച്ച. അതുകൊണ്ട് തന്നെ അവന്റെ മൃതശരീരം ലഭിക്കുകയാണെങ്കിൽ അനുവദിക്കുകയാണെങ്കിൽ ശവസംസകാരശുശ്രൂഷകൾ ഞാൻ ചെയ്യാം...''

ഫാദർ ബോബി ജോസ് തന്റെ താടി തടവിക്കൊണ്ട് പോലീസുകാരനെ നോക്കി.

''ഞാനൊന്നു വിളിച്ച് ചോദിക്കട്ടെ...ഫാദർ...''

പുറത്തെ പോലീസ് വാഹനങ്ങൾ കണ്ട് കൂട്ടിനകത്തെ കൂറ്റൻ നായകൾ മുരണ്ടു. പുറത്തെ പ്രകൃതിയുടെ ദുഃഖത്തെ വെല്ലുന്ന ദുഃഖമായിരുന്നു അകത്തെ അമ്മയുടേത്.

പോലീസ് ഉദ്യോഗസ്ഥർ ഫാദറിനടുത്തേയ്ക്ക് വന്നു.

''ക്ഷമിക്കണം ഫാദർ - മനോനില തെറ്റിയ ഇതുപോലുള്ള വിപ്ലവകാരികളുടെ ഒരടയാളം പോലും രാജ്യത്ത് ശേഷിക്കരുതെന്നാണ് ഓർഡർ. അവരുടെയൊക്കെ കുഴിമാടത്തിൽ നിന്ന് ഊറ്റം കൊണ്ട് ഒരു പിഞ്ചുക്കയ്യും ഇനി ആയുധമെടുത്തു ക്കൂടാ, അവരുടെ സ്മരാകത്തിൽ നിന്നും തലതിരിഞ്ഞ ഒരുപദേശവു ലഘുലേഖയായി പുറത്തു വരാൻ പാടില്ല. പിന്നെ ഫാദർ പറഞ്ഞതു പോലെ അയാൾ ആത്മാർത്ഥമായി പശ്ചാപിച്ചിട്ടുണ്ടെങ്കിൽ, ഈ ഭൂമിയിലെ ഏത് കാടും, കടലും, മരുഭൂമിയും അയാളുടെ ശരീരം ഒരമ്മയെപ്പോലെ ഏറ്റുവാങ്ങിക്കൊള്ളും തീർച്ച. ''

പോലീസ് ജീപ്പ് മഴയിലൂടെ ഗെയ്റ്റ് കടന്ന് പുറത്തേയ്ക്കു പോയി. ആളുകൾ പിരിഞ്ഞു തുടങ്ങി.

ഫാദർ കുട നിവർത്തി മുറ്റത്തേയ്ക്കിറങ്ങി.

ചൂളം കുത്തുന്ന മഴക്കാറ്റിൽ ലൂക്കോസിന്റെ അമ്മയുടെ എങ്ങലടി നിറഞ്ഞുനിന്നു. പുത്രദുഃഖം ഒരു മേഘമായി ഉരുണ്ട് കൂടി ആകാശത്തേയ്ക്കുയർന്നു. ഫാദർ മുകളിലേക്ക് നോക്കി. അനവധി അമ്മമാരുടെ കണ്ണ്നീര് കറുത്തമേഘങ്ങളായി മുകളിൽ പരക്കുന്നു. ഒരു വലിയ ഇടികുടുക്കത്തോടെ അത് കൊച്ചിക്ക് മേൽ ആർത്തലച്ചു പെയ്തു - മക്കളേൽപ്പിച്ചപാപത്തിന്റെയും ചോരയുടേയും കറ കഴുകാൻ അമ്മമാരുടെ കണ്ണുനീര് ഒരു പ്രളയം കണക്കെ പെയ്തു നിറഞ്ഞു.

എല്ലാ മലിനതയും കഴുകി ആ കണ്ണുനീര് ഒഴുകി നീങ്ങി. എല്ലാം ഏറ്റുവാങ്ങാൻ പടിഞ്ഞാറൻ കായൽ ശാന്തമായി കിടന്നു. അവയെല്ലാം ഒന്നായി കായലിൽ വിലയം പ്രാപിച്ചു.

അമ്മേ, അറബിക്കടലേ നിന്റെ റാണിയുടെ, നിന്റെ മക്കളുടെ പിഴകൾക്ക് -മാപ്പേകുക....

വീക്ഷണം വരാന്തപതിപ്പ് : 2013